Diamond
Dictionary of Banking and Financial Services

डायमंड
बँक व्यवहार व वित्तीय सेवा शब्दकोश

इंग्रजी-मराठी

संकलन
वि. ज. गोडबोले

डायमंड पब्लिकेशन्स

डायमंड बँक व्यवहार व वित्तीय सेवा शब्दकोश

वि. ज. गोडबोले

Diamond Bank Vyavahar Va Vittiya Seva Shabdhakosh
V. J. Godbole

प्रथम आवृत्ती : डिसेंबर २०११

ISBN : 978-81-8483-411-6

© डायमंड पब्लिकेशन्स

अक्षरजुळणी
सावली ग्राफिक्स, पुणे

मुखपृष्ठ
शाम भालेकर

प्रकाशक
डायमंड पब्लिकेशन्स
१२५५ सदाशिव पेठ, लेले संकुल, पहिला मजला,
निंबाळकर तालमीसमोर, पुणे ४११ ०३०
☎ ०२०-२४४५२३८७, २४४६६६४२
diamondpublications@vsnl.net
www.diamondbookspune.com

प्रमुख वितरक
डायमंड बुक डेपो
६६१ नारायण पेठ, अप्पा बळवंत चौक
पुणे-४११ ०३० ☎ ०२०-२४४८०६७७

मनोगत

बँक व्यवहार आणि वित्तीय सेवांच्या संदर्भातील शब्दकोश व माहितीकोश वाचकांना सादर करताना मला विशेष आनंद होत आहे. आज निमशहरी आणि ग्रामीण भागांत अनेकविध प्रकारच्या सहकारी पतसंस्था, बँकांच्या शाखा स्थापन झालेल्या आहेत. रोखेबाजारातील अधिकृत दलालांनी इतरत्र कित्येक उपदलाल नियुक्त करून आपल्या व्यवसायवाढीसाठी शृंखला निर्माण केलेली आहे. विविध बँकांनी कृषी वित्तपुरवठ्याच्या संदर्भात अगदी लहान गावातही आपले प्रतिनिधी नियुक्त केलेले आहेत. या सर्वांना आपल्या व्यवसायाच्या संदर्भात अनेक इंग्रजी शब्द, संज्ञा इत्यादींचा वापर करावा लागतो. त्यांचा नेमका अर्थ माहीत व्हावा, या संज्ञांविषयी अधिक माहिती मिळावी या हेतूने या शब्दकोशाची व माहितीकोशाची निर्मिती केलेली आहे. 'डायमंड पब्लिकेशन्स'तर्फे हा कोश प्रसिद्ध होत आहे.

डायमंड पब्लिकेशन्सचे श्री. दत्तात्रेय पाष्टे यांनी कोशाच्या संदर्भात जो पाठपुरावा केला, प्रसिद्धीची जबाबदारी उचलली, त्यांच्यामुळेच हा कोश वाचकांसमोर येत आहे. प्रकाशन संस्थेतील त्यांचे सहकारी यांनी कोशाचे बारकाईने वाचन करून त्याविषयी वेळोवेळी चर्चा केली. संगणकीय मजकूर जुळणी श्री. सुरेश शिगवण यांनी केली. आकर्षक मुखपृष्ठ श्री. शाम भालेकर यांनी तयार केले. त्यांच्या प्रकाशन संस्थेतील सर्वांनी प्रसिद्धी व वितरणाची सर्वतोपरी जबाबदारी उचलली या सर्वांचेच मी मन:पूर्वक आभार मानतो.

सिद्धीविनायक महिला महाविद्यालयाच्या प्राचार्या डॉ. सौ. पुष्पा रानडे, प्रा. सौ. सातव, प्रा. सौ. परांजपे यांनी आपल्या प्रतिक्रिया दिल्या आणि महाविद्यालयातील ग्रंथपाल प्रा. फरीदा सय्यद आणि त्यांचे ग्रंथालयातील सहकारी या सर्वांनी आवश्यक ती सर्व पुस्तके उपलब्ध करून दिली. या सर्वांचा मी आभारी आहे.

वाचकांनी आपल्या प्रतिक्रिया, सूचना वगैरे कळवल्यास पुढील आवृत्तीच्या वेळी त्यांची अवश्य दखल घेतली जाईल.

प्रा. वि. ज. गोडबोले

संकलक परिचय

प्रा. वि. ज. गोडबोले
२०१, आर्या, अमृतकलश, ९ वी गल्ली, शाहू कॉलनी,
कर्वेनगर, पुणे - ४११०५२. दूरध्वनी ०२०-३२३०७०५३

- शिरूर घोडनदी (पुणे) येथील चांदमल ताराचंद बोरा महाविद्यालयात अर्थशास्त्राचे प्राध्यापक आणि विभागप्रमुख म्हणून ३२ वर्षांच्या सेवेनंतर सन २००२ मध्ये निवृत्त.
- डॉ. दातार महाविद्यालय, चिपळूण, विलिंग्डन महाविद्यालय, सांगली, जे. एस्. एम्. कॉलेज, अलिबाग, कॉलेज ऑफ फार्मसी, शिरूर, माणिकचंद धारीवाल इन्स्टिटट्यूट, शिरूर, बकुल तांबट इन्स्टिटट्यूट ऑफ नर्सिंग एज्युकेशन, पुणे, सिद्धिविनायक महाविद्यालय पुणे या संस्थांत पदवी आणि पदव्युत्तर पातळीवर अर्थशास्त्र, बँकिंग, व्यवसाय, अर्थशास्त्र, व्यवस्थापकीय अर्थशास्त्र, आरोग्याचे अर्थशास्त्र अशा विविध विषयांचे अध्यापन.
- महाराष्ट्र टाइम्स, लोकसत्ता, सकाळ, लोकमत, अर्थवेध, अर्थसंवाद, अर्थमंथन, किर्लोस्कर, मनोहर, मोहिनी अशा विविध वृत्तपत्रांतून आणि नियतकालिकांतून आर्थिक आणि ललित विषयांवरील सुमारे १५० लेख तसेच विनोदी कथा, एकांकिका इ. १०० लेख प्रसिद्ध.
- पुणे विद्यापीठ, यशवंतराव चव्हाण महाराष्ट्र मुक्त विद्यापीठ - नाशिक यांच्यासाठी क्रमिक पुस्तकांचे इतर सहकारी लेखकांसमवेत तसेच स्वतंत्रपणे लेखन.
- भारतीय समाजविज्ञान कोशात आर्थिक विषयांवरील लेख समाविष्ट.
- मुंबई दूरदर्शन, कंट्रीवाइड क्लासरुम - दिल्ली यांच्यासाठी लिहिलेले विविध कार्यक्रम वेळोवेळी प्रक्षेपित झाले.
- 'डॉ. बाबासाहेब आंबेडकर : एक व्यक्ती एक दृष्टी' (अनुवाद), चला संसदेत, 'समस्या शंभर कोटींची' ही पुस्तके दास्ताने रामचंद्र आणि कं. पुणे यांनी प्रकाशित केली. 'अर्थशास्त्र शब्दकोश' व कर्नल मराठे यांच्यासमवेत लिहिलेले 'आपत्ती व्यवस्थापन' ही पुस्तके डायमंड पब्लिकेशन्स पुणे यांनी प्रकाशित केली.
- विविध महाविद्यालये, शाळा, महाराष्ट्रीय कलोपासक पुणे, जागर पुणे यांच्यामार्फत लिहिलेल्या एकांकिकांचे आणि नाटकाचे रंगमंचावर अनेक प्रयोग.

A

abolition : रद्द करणे. दिलेली परवानगी किंवा अधिकार काढून घेणे.

abridged prospectus : संक्षिप्त माहितीपत्रक. व्यवसायसंस्थेच्या सार्वजनिक समभाग विक्रीच्यावेळी अर्जासोबत संस्थेविषयी संक्षिप्त माहितीपत्रक गुंतवणूकदारांना उपलब्ध करून देणे आवश्यक असते.

absence of information : माहिती न देणे. अपुरी माहिती देणे. दिलेल्या माहितीत त्रुटी, संदिग्धता राहणे.

accelerated depreciation : प्रतिवर्षी घटणारा घसारा. भांडवलावरील घसारा काढताना प्रत्येक पुढील वर्षात भांडवलाचे मूल्य कमी होते. त्यामुळे घसारा म्हणून काढली जाणारी रक्कम प्रत्येक वर्षी सारखीच न राहता कमी कमी होत जाते.

accelerating rentals : वाढत जाणारा भाड्याचा हप्ता. मत्तेच्या भाडेखरेदी करारामध्ये प्रारंभीच्या काळात भाड्याचा हप्ता कमी राहतो. त्यानंतरच्या प्रत्येक वर्षात त्यामध्ये क्रमाक्रमाने वाढ होते.

acceleration clause : भाडे खरेदी करारातील अशी तरतूद की ज्यायोगे ग्राहकाचा एक हप्ता जरी थकला तर तत्काळ उर्वरित सर्व रक्कम भरावी लागते नाहीतर विक्रेता आपली मत्ता ताब्यात घेतो.

acceptance : स्वीकृती. प्राप्त झालेल्या वस्तू स्वीकारणे, विनिमय प्रपत्रे, हुंडी इ. स्वीकारून त्यातील दायित्व मान्य करणे.

acceptance of deposits : ठेवी स्वीकारणे. बँक किंवा अन्य व्यवसायसंस्थेने व्याजाच्या मोबदल्यात जनतेकडून किंवा संस्थांकडून परत देण्याच्या किंवा खातेदाराच्या सुचनेनुसार विनियोग करण्याच्या अटींवर ठेवी स्वीकारणे.

accomodation : सामावून घेणे. योग्य ती तरतूद करणे.

account : खाते. बँकेने आपल्या ग्राहकांबरोबर योग्य तो करार करून त्यांना आर्थिक देवाण-घेवाणीचे व्यवहार करण्यासाठी मान्यता दिल्यानंतर या व्यवहारांच्या नोंदीसाठी लेखी हिशेब ठेवण्यासाठी तयार केलेली नोंदीची वही.

account activity : खात्यावरील व्यवहार/जमा व काढून घेतल्या जाणाऱ्या रकमा/ नावे रकमा.

account analysis : खाते विश्लेषण. खातेदाराच्या खात्यामुळे बँकेला होणारी प्राप्ती व खाते व्यवस्थापनासाठी बँकेचा होणारा खर्च यांचे नफ्याच्या दृष्टीने होणारे विश्लेषण.

account executive : खाते प्रतिनिधी/व्यवस्थापक. हा योग्य त्या अधिकारपत्रान्वये खातेदाराचे सर्व देवाणघेवाणीचे व्यवहार करतो.

account fee : खाते शुल्क. बँक जेव्हा खात्यावरील पैशांवर व्याज देत नाही (उदा. चालू खाते) तेव्हा अशा खात्यावरील व्यवहारांच्या नोंदीसाठी बँकेने दरमहा आकारलेले शुल्क.

account holder : खातेदार/खातेधारक. बँकेशी ठेवी किंवा कर्जविषयक व्यवहार करणारा बँकेचा ग्राहक.

account maintenance : खात्यावरील व्यवहारांच्या संदर्भात बँकेला करावा लागणारा खर्च. खात्यांचे रजिस्टर/हिशेबाची संगणक प्रणाली/खातेदाराला दिले जाणारे पासबुक किंवा वेळोवेळी पाठवला जाणारा व्यवहारांचा तपशील, आवश्यक त्या सूचना वगैरे गोष्टींवरील खर्च.

account payee : रेखांकित धनादेशाचा एक प्रकार. धनादेशावर ज्याचे नाव असते त्याच्याच खात्यात धनादेशाने पैसे जमा होतात. रेखांकित धनादेशाच्या दोन रेषांच्या मध्यावर Account payee किंवा Account Payee Only असे लिहिल्यावर त्या धनादेशाचे पैसे पृष्ठांकनाद्वारे इतरांच्या खात्यावर जमा करता येत नाहीत म्हणजेच तो धनादेश अहस्तांतरणीय बनतो.

account receivable turnover : येणे रकमांची सरासरी मासिक उलाढाल.

account statement : खातेउतारा/पत्रक. खातेदारांच्या आर्थिक व्यवहाराच्या नोंदी असलेले पत्रक. जेव्हा या नोंदी पुस्तकामध्ये केल्या जातात तेव्हा त्याला खातेपुस्तक (pass book) असे संबोधले जाते.

accounting : व्यवहारांचे लेखांकन, हिशेब ठेवणे. रोजच्या रोज देवाणघेवाणीच्या नोंदी करणे.

accounting and reporting : हिशेब आणि तपशील कळवणे. भाडे खरेदी करार करताना विक्रेता ग्राहकास त्या मत्तेचे मूल्य व वर्णन, कर्ज, व्याज व सेवाशुल्क, हप्ता, घसारा तरतूद याबाबत वेळोवेळी हिशेब व तपशील देतो.

accounting standards : हिशेबांच्या पद्धती. या सनदी हिशेबनिसांच्या मध्यवर्ती संस्थेमार्फत निर्धारित केल्या जातात. व्यवसाय संस्थांना त्याच पद्धतीनी हिशेब ठेवावे लागतात.

accounts payable : देय रकमा. बँकेने इतरांना देणे असलेल्या रकमा.

accounts receivable : येणे रकमा, बँकेला इतरांकडून येणे असलेल्या रकमा.

accounts receivable aging schedule : येणे रकमांच्या तारीखवार केलेल्या नोंदीची सूची.

accrual : पूर्वीपासूनचे, संचित मिळणारे किंवा मिळू शकणारे पूर्वीपासूनचे उत्पन्न किंवा झालेला किंवा होऊ शकणारा पूर्वीपासूनचा खर्च.

accrual bond : ज्या कर्जरोख्यावरील व्याज व मुद्दलाची परतफेड मुदतीनंतर एकदमच होते असा कर्जरोखा.

accrued expenses : देय खर्च प्रत्यक्षात खरेदी केलेल्या मत्तेबद्दल अद्यापि देणे असणाऱ्या रकमा / करावयाचा खर्च.

accrued income : येणे बाकी असलेली प्राप्ती. विक्री केल्यानंतर येणे असलेले परंतु प्रत्यक्षात न मिळालेले पैसे.

acid test : खडतर कसोटी, कठीण परीक्षा, अग्निपरीक्षा.

acid test ratio : रोख रक्कम व तत्काळ रोख रक्कम उभारता येईल अशा मत्तेचे चालू खात्यावरील देयतेशी असलेले ताळेबंदातील गुणोत्तर.

acknowledgement : पोचपावती. बँकेत ठेवलेले पैसे, प्रपत्रे इत्यादींची बँकेने दिलेली पोच. सामान्यत: ही लेखी स्वरूपात असते.

acquisition : मत्तेचा ताबा घेण्याची प्रक्रिया.

acquisition of control : एका व्यवसायसंस्थेने दुसऱ्या व्यवसायसंस्थेवर समभाग खरेदीद्वारे आपले नियंत्रण प्रस्थापित करणे.

act of god : दैवी आपत्ती. नैसर्गिक संकटांमध्ये – भूकंप, महापूर, वादळ, रोगराई, इत्यादींमध्ये अनपेक्षित स्वरूपाचे प्रचंड नुकसान होते. अनेक विमाकंपन्या अशा आपत्तींचा अपवाद नुकसानभरपाई देण्याबाबत करतात.

active portfolio management : कार्यक्षम मत्ताव्यवस्थापन. भविष्यातील व्याजदरांचा बिनचूक अंदाज घेऊन त्यानुसार रोख्यांच्या किमतीतील संभाव्य

चढउतार ध्यानात घेऊन ज्यायोगे नफा मिळवता येईल, असे रोख्यांच्या खरेदी-विक्रीचे व्यवस्थापन.

actuarial report : विमातज्ज्ञ हिशेबनिसाने विमा कंपनीची मत्ता, गुंतवणूक वगैरेंच्या संदर्भात दिलेला अहवाल.

actuarial valuation of claim liability : विमा पॉलिसीधारकाकडून पॉलिसीचे पैसे मिळण्याबाबत केलेल्या मागणीचे विमातज्ज्ञामार्फत करण्यात आलेले मूल्यांकन.

additional information : अतिरिक्त माहिती. आवश्यक असल्यास संस्थेच्या सर्वसामान्य माहितीव्यतिरिक्त अधिक माहितीचा तपशील दिला जातो.

additional provision : अतिरिक्त आर्थिक तरतूद.

adequately capitalised bank : सुयोग्य भांडवलाचा पाया असणारी बँक. बँकेच्या एकूण उलाढालीच्या तुलनेत वसूल समभाग भांडवलाचे योग्य प्रमाण ठेवणारी बँक.

adjustable rate mortgage : मत्ता गहाण ठेवून बाजारातील व्याजाच्या चढउतारांनुसार बदलणाऱ्या व्याजदरांची आकारणी होणारे कर्ज.

advance : व्यवहारांची पूर्तता करण्यासाठी दिलेली आगाऊ रक्कम, उचल, अग्रिम कर्जाचा एक प्रकार.

advance and maturity factoring : येणे वसुलीसाठी मुदत पूर्ण होण्याआधी व मुदत संपल्यानंतर केलेली व्यवस्था.

advance commitment : मत्तेच्या खरेदीपूर्वीच तिची विक्री करण्याबाबत संबंधितांमध्ये झालेला करार.

advertisement and publicity : जाहिरात व प्रसिद्धी व्यवसाय वाढ, भांडवल उभारणी, नावलौकिक वगैरेंसाठी जाहिरात व प्रसिद्धीची गरज असते.

advisory services : सदृश, मार्गदर्शनविषयक सेवा.

affidavit : योग्य त्या अधिकाऱ्यासमोर स्वखुशीने व शपथ घेऊन केलेले सत्य गोष्टीचे लेखी निवेदन. शपथ घेऊन केलेले ज्ञापन. हे न्यायालयात मान्य केले जाते.

affiliate : संलग्न असलेली, बँकेच्या नियंत्रणाखाली व्यवहार करणारी व्यवसायसंस्था किंवा व्यक्ती.

affiliation : संलग्नता. एका संस्थेतील भागधारकांचे किंवा संचालकांचे अन्य संस्थेवर असणारे अंशतः किंवा पूर्ण नियंत्रण.

affinity card : समूहनिष्ठतादर्शक कार्ड - एकाच समूहातील घटक असणाऱ्या प्रत्येक व्यक्तीला प्राप्त झालेले क्रेडिट कार्ड.

after tax real return : प्राप्तीमधून करांची रक्कम वजा केल्यानंतर तेजीच्या प्रमाणानुसार मूल्यात घट झालेली अशी वास्तव प्राप्ती.

agent : प्रतिनिधी. मत्ताधारकाने करार करून आपल्या वतीने खरेदी-विक्रीचे व्यवहार करण्यासाठी नियुक्त केलेली व्यक्ती, संस्था.

aging accounts receivable : येणे मत्तेचे मुदतीनुसार केलेले वर्गीकरण. तत्काळ मिळू शकणारी, ३०, ६०, ९०, १८० इ. दिवसांनंतर वसूल होऊ शकणारी मत्ता याप्रमाणे.

air bill, all risks : हवाई वाहतूक विमा प्रपत्र. मालाची हवाईमार्गाने वाहतूक करण्यामध्ये असलेल्या जोखमीसाठी उतरवलेला विमा. मात्र युद्ध, संप किंवा नाशवंत वस्तूंची विलंबामुळे झालेली नासाडी यासारख्या कारणांमुळे झालेल्या नुकसानभरपाई विमा कंपनी देत नाही.

allonge : पुरवणी दस्त-हुंडी, विनिमय प्रपत्रावरील पृष्ठांकनाची बाजू पूर्णपणे स्वाक्षऱ्यांमुळे व सूचनांमुळे भरून गेल्यानंतर या प्रपत्राला जोडलेला अतिरिक्त दस्त. या दस्तासही मूळ प्रपत्राइतकीच वैधता असते.

allotment of shares : समभागांचे वाटप. समभागांसाठी अर्ज केलेल्या सर्वांना किंवा त्यापैकी काहींना मिळणारे एकूण समभाग. अर्जदारांचे समभाग मागणीच्या प्रमाणात गट करून प्रत्येक गटात निश्चित प्रमाणात समभाग मंजूर केले जातात.

allowance for loan losses : वसूल होऊ न शकणाऱ्या कर्जांबाबत ताळेबंदात दर्शविलेली तरतूद.

ALM system - asset liability management system : मत्ता-देयता व्यवस्थापन पद्धती. त्यायोगे मुदत पूर्ण होण्याच्या वेळी पैशांची तरतूद करता येते.

alternative minimum tax/minimum alternative tax : सरकारने आकारलेला किमान कर तो करदात्याला द्यावाच लागतो.

amendment : खाडाखोड, दुरुस्ती त्या ठिकाणी दस्तऐवज तयार करणाऱ्या व्यक्तीची स्वाक्षरी आवश्यक असते.

American Depository Receipt - (ADR) : विदेशी कंपन्यांच्या समभाग/रोख्यांचे अमेरिकन भांडवल बाजारात व्यवहार करण्यासाठी ते समभाग/रोखे स्वत:जवळ ठेवून त्या मूल्याची अमेरिकन डिपॉझिटरी संस्थेने दिलेली पावती.

amortisation : व्यवहारपूर्तता. कर्जाची सव्याज परतफेड करणे.

amortise : मुद्दल व व्याजाच्या फेडीचा मासिक हप्ता. त्यायोगे कर्जाची मुदत संपताना सव्याज परतफेड होते.

annual accounts : वार्षिक हिशेबपत्रके. आर्थिक वर्ष पूर्ण झाल्यानंतर व्यवसायसंस्थेची आर्थिक परिस्थिती दर्शवणारी विविध हिशेबपत्रके - ताळेबंद, तेरीज (उत्पन्न व खर्च पत्रक), नफा समायोजन पत्रक इ. तयार केली जातात.

annuity : वर्षासन, प्रतिवर्षी नियमितपणाने मिळणारी रक्कम.

anticipated income theory : अपेक्षित प्राप्तीचा सिद्धान्त. गुंतवणुकीपासून अपेक्षित असलेल्या प्राप्तीच्या संदर्भात मांडलेला सिद्धान्त.

any time banking : संगणकीय जोडणीमुळे ग्राहक आपले बँकिंगचे व्यवहार दिवसाच्या २४ तासांत कधीही व कोठूनही करू शकतो.

any where banking : प्रत्यक्ष शाखेत न जाता फोन किंवा संगणकाद्वारे कोठूनही बँकेचे व्यवहार करता येतात.

application : अर्ज.

appreciation : मूल्यवाढ. मत्तेच्या किमतीत झालेली वाढ.

appropriation : विनियोग करणे, विल्हेवाट लावणे.

approved investments : शासनमान्य गुंतवणूक. विविध वित्तपुरवठा, विमा, सहकार, बँकव्यवसाय इ. क्षेत्रातील संस्थांना कायद्याने मान्यता असलेल्या किंवा शासकीय मंजुरी मिळालेल्या मत्तांमध्येच आपल्या विविध निधींची गुंतवणूक करता येते.

arbitrage : एकाच वेळी होणारी मत्तेची खरेदी व विक्री. कमी मूल्याला एका बाजारात मत्ता खरेदी करून तिचे अधिक मूल्य असलेल्या बाजारात नफा मिळवण्यासाठी केलेली तत्काळ विक्री.

arbitration award : लवादाचा निर्णय निवाडा. दोन पक्षांमधील संघर्षाच्या परिस्थितीत न्यायालयाने लवादासाठी नियुक्त केलेल्या व्यक्तीने दोन्ही पक्षांची बाजू ऐकून दिलेला निर्णय, हा दोन्ही पक्षांवर बंधनकारक असतो.

arrears : येणे असलेली परंतु दीर्घकाळापर्यंत परत न मिळालेले रक्कम- थकीत कर्ज.

ask price : मत्तेच्या विक्रीसाठी जाहीर केलेली किंमत.

assessment : मूल्यांकन. व्यवसाय संस्थेच्या आर्थिक परिस्थितीबद्दल केले जाणारे मूल्यांकन. सनदी लेखपाल, मूल्यांकन संस्था, हिशेब तपासणी संस्था यांच्यामार्फत हे केले जाते.

asset based security : तारणयुक्त सुरक्षित रोखा. अशा रोख्यांची विक्री करताना संस्थेची मत्ता सुरक्षिततेसाठी तारण म्हणून ठेवली जाते.

asset boned financing : मत्ताधारित वित्तपुरवठा. मत्ता तारण ठेवून त्यायोगे प्राप्त झालेल्या रोखतेतून केलेला वित्तपुरवठा.

asset liability management : ताळेबंदात दर्शवलेले रोखता आणि लाभता यांचे संतुलन दर्शवणारे मत्ता-देयता व्यवस्थापन.

asset liquidity : मत्तेची किमान खर्च होईल अशाप्रकारे रोखतेत रूपांतर होण्याची क्षमता.

asset quality : मत्तेची गुणवत्ता. मूल्यवर्धन, रोखतेत होणारे तत्काळ रूपांतरण, मिळणारे उत्पन्न वगैरे निकषांवर मत्तेची गुणवत्ता अवलंबून असते.

asset-liability management : मत्ता व देयतेचे व्यवस्थापन. बँकेने आपली विविध प्रकारची मत्ता आणि देय असलेल्या रकमा यांचे सुरक्षितता, लाभप्रदता आणि रोखता या निकषांच्या आधारावर केलेले व्यवस्थापन.

assignment : मत्तेचे दुसऱ्या व्यक्तीकडे वैध मार्गाने होणारे हस्तांतरण. योग्य त्या दस्तऐवजांआधारे मत्तेचा हक्क आणि ताबा यांचे होणारे हस्तांतरण.

attachment : न्यायालयीन आदेशान्वये खाते गोठवण्याचा किंवा व्यवहार स्थगित करण्याचा मिळालेला अधिकार.

audit : अंकेक्षण, हिशेबतपासणी, विविध प्रकारच्या पावत्या, त्यातील व्यवहारांचा हिशेबपुस्तकात केलेल्या बिनचूक नोंदी, इत्यादींची काटेकोरपणाने केलेली तपासणी. व्यावसायिक संस्था, सामाजिक संस्था, धार्मिक, राजकीय संस्था, धर्मादाय विश्वस्त संस्था वगैरेंना अशाप्रकारे प्रत्येक वर्षी आपल्या सर्व प्रकारच्या हिशेबांची तपासणी योग्य त्या यंत्रणेमार्फत करून घेणे आवश्यक असते.

auditor : अंकेक्षक, हिशेबतपासनीस. अंकेक्षणासाठी आवश्यक ती पात्रता असणारी तसेच त्यासंदर्भातील सर्व अधिकार योग्य त्या यंत्रणेकडून प्राप्त झालेली व्यक्ती अथवा संस्था.

authentication : अधिकृत असलेल्या नेमक्या त्याच ग्राहकाने बँकेला सूचना दिलेल्या आहेत किंवा व्यवहार केलेला आहे याची आधीच खातरजमा करणे. यासाठी व्यक्तिगत ओळख क्रमांक ग्राहकास वापरावा लागतो. तो प्रत्येक ग्राहकासाठी स्वतंत्र दिला जातो. त्याची गुप्तता ठेवणे व वेळोवेळी त्यात बदल करणे आवश्यक असते.

authorised capital : अधिकृत भाग भांडवल. संस्थेच्या संमत करून घेतलेल्या घटनापत्रक व नियमावलीमध्ये दर्शवलेल्या समभागांच्या विक्रीतून उभारता येणारे एकूण भांडवल.

automated clearing house : संगणकीय निरसनगृह. बँकाबँकांमधील चेक व्यवहारांची पूर्तता संगणकीय प्रणालीद्वारे करणारे केंद्र.

automated loan machine : संगणकीय कर्ज वितरण यंत्रणा. ऋणकोंना कर्जाचे अर्ज देणे, भरलेले अर्ज योग्य त्या तारणासह स्वीकारणे व ऋणकोंच्या खात्यावर कर्जाची रक्कम जमा करणे ही सर्व कार्ये **online** करणारी बँकेची संगणक प्रणाली.

automated teller machine : खातेदारांना कोणत्याही वेळी रोख रक्कम उपलब्ध करून देणारी, खात्यावरील शिल्लक रकमेची माहिती देणारी संगणकीय केंद्रे. **Any Time money.**

automatic teller machine - ATM : या माध्यमातून ग्राहकास ATM केंद्रात जाऊन रोख रक्कम कोणत्याही वेळी काढता येते.

autonomic legislation : स्वनिर्मित नियमावली. कायदेशीर मान्यता असलेल्या कोणत्याही संस्थेने आपल्या सदस्यांवर बंधनकारक असणारी अशी सर्वानुमते अथवा बहुमताने बनवलेली नियमावली.

B

back loaded lease, rear end loaded lease : लीजिंग कंपनी मत्ता भाड्याने देताना आरंभी कमी तर अखेरच्या टप्प्यात अधिक भाडे आकारते.

back to back lease : भाड्याने घेतलेली मत्ता तत्काळ दुसऱ्या भाडेकरूला भाड्याने देण्याची प्रक्रिया. लीजिंग कंपनी काही वेळेस मत्ता स्वत: खरेदी न करता भाडेतत्त्वावर घेते व ती गरजू ग्राहकास भाड्याने देते.

bad debt : बुडीत कर्ज ऋणकोंकडून वसूल होण्याची अजिबात शक्यता नसलेले कर्ज.

bailee : सुरक्षाखण भाड्याने देणारी संस्था.

bailor : सुरक्षा खणाचा लाभ घेणारा ग्राहक.

bail out takeover : आर्थिक दुर्बलतेमुळे तात्पुरत्या स्वरूपाची वित्तीय अडचण निर्माण झालेल्या कंपनीचे समभाग अधिक प्रमाणात खरेदी करून कंपनी ताब्यात घेण्याची प्रक्रिया. वित्तसंस्था किंवा विकासबँका अशा प्रकारे अडचणीतल्या कंपनीला अर्थसाहाय्य देतात.

balance confirmation : खात्यातील नोंदींची किंवा शिलकेची खातरजमा. खात्यावरील सर्व नोंदी बिनचूक असाव्यात यासाठी बँक प्रत्येक खात्यावरील नोंदीची वेळोवेळी तपासणी करते.

balanced schemes / funds : संतुलित गुंतवणूक योजना निधी. ज्या गुंतवणूक निधीची ५०% रक्कम ही नफा मिळवण्यासाठी समभागात व उर्वरित ५०% रक्कम सुरक्षिततेचा विचार करून सरकारी कर्जरोख्यात किंवा प्रथमश्रेणीच्या रोख्यात गुंतवली जाते व त्यावर निश्चितदराने व्याज मिळते अशी योजना किंवा निधी.

balance-sheet : ताळेबंद. व्यवसायसंस्थेची देयता आणि मत्ता याबाबतची विशिष्ट दिवशी असलेली स्थिती. सामान्यत: आठवड्याच्या, महिन्याच्या, तीन महिन्यांच्या,

सहा महिन्यांच्या किंवा आर्थिक वर्षाच्या अखेरच्या दिवशी ही वित्तीय स्थिती नोंदवली जाते व तिमाही, सहामाही व वार्षिक ताळेबंद हा समभागधारकांसाठी प्रकाशित केला जातो.

balloon leasing : मत्ता भाड्याने देण्याची अशी प्रक्रिया की ज्यामध्ये आरंभीच्या व अखेरच्या काळात भाडे कमी आकारले जाते व मधल्या सर्व कालावधीत भाडे अधिक आकारले जाते.

balloon payment : मत्ता वापरणारा आरंभी कमी भाडे देतो व जसजसा कालावधी वाढत जातो, तसतसे अधिकाधिक प्रमाणात भाडे भरतो.

bank activities / functions : बँकेचे विविध व्यवहार, कार्ये. आजच्या बँका या ठेवी स्वीकारणे, कर्जे देणे, बिले वटवणे या पारंपरिक कार्यांबरोबरच अन्य विविध प्रकारची कार्ये – मर्चंट्स बँकिंग, कर्जवसुली वगैरे करताना आढळतात.

bank assurance : विमा कंपन्यांच्या विविध योजनांची बँकेमार्फत विक्री करणे.

bank balance : बँकेच्या प्रत्येक खात्यावरील येणे आणि देणे असलेल्या रकमेचा तपशील.

bank charges : बँकेचे शुल्क. बँक आपल्या ग्राहकांना देत असलेल्या विविध प्रकारच्या सेवांसाठी बँकेने आकारलेला प्रत्येक सेवेचा मोबदला, सेवा शुल्क.

bank customer : बँकेचा ग्राहक. बँक देत असलेल्या सेवांचा उपभोग घेणारा.

bank exposure norms : बँकेच्या निधींची गुंतवणूक प्रसिद्ध करण्याच्या संदर्भातील मध्यवर्ती बँकेचे निकष. त्यायोगे बँकेबरोबर व्यवहार करणाऱ्यांना बँकेच्या आर्थिक परिस्थितीचे मूल्यमापन करता येते.

bank liquidity : रोख पैसा उभा करण्याची बँकेची पात्रता. स्वत:जवळची रोख रक्कम, इतर बँकांमध्ये असलेल्या बँकेच्या ठेवी व बिलांची मध्यवर्ती बँकेत केलेली फेरवटवणूक या मार्गांनी बँक रोखता उभारते.

bank notes : बँकेने प्रसारात आणलेले कागदी चलन. पूर्वी प्रत्येक व्यापारी बँक असे चलन निर्माण करीत असे. आता मात्र केवळ मध्यवर्ती बँकच असे चलन निर्माण करून प्रसारात आणते.

bank of international settlement : आंतरराष्ट्रीय भांडवलबाजारातील व्यवहारांची पूर्तता करण्यासाठी स्थापन झालेली बँक.

bank ombudsman : बँकेच्या संदर्भातील तंट्यात निवाडा देणारा लवाद. भारतात १९९५ च्या कायद्यानुसार रिझर्व्ह बँकेमार्फत अशा लवादांची नियुक्ती करण्यात येते.

bank participation factoring : अडचणीत आलेल्या ऋणकोसाठी त्याच्या कर्जाची वसुली होण्यासाठी बँकेने दिलेले आर्थिक साहाय्य.

bank performance : बँकेचा कारभार. तत्परता, ग्राहकांना मिळणाऱ्या सेवांचा दर्जा, तत्काळ निर्णय व अंमलबजावणी लगेच होणे, बँकेची कार्यक्षमता, उलाढालीचे प्रमाण, जोखीम, मिळणारा नफा अशा विविध घटकांना अनुसरून बँकेच्या कारभाराचे मूल्यमापन केले जाते.

bank rate : मध्यवर्ती बँकेचा व्याजदर. मध्यवर्ती बँक ही अन्य बँकांना जो व्याजदर आकारून कर्जे देते किंवा त्यांच्या विनिमय बिलांची फेरवटवणूक करताना ज्या दराने कसर कापते तो दर. या दरावरच बाजारातील सर्व व्याजाचे दर अवलंबून असतात.

bank reconciliation statement : बँकेचे ताळमेळ विषयक पत्रक. खातेदारांच्या पासबुकातील नोंदी व बँकेच्या विविध रजिस्टरांमधील नोंदी यांची वेळोवेळी तपासणी करून बँक त्याबाबतचे पत्रक बनवते.

bank statement : खातेदाराच्या खात्यावरील सर्व नोंदींचे पत्रक चालू खाते किंवा बचतखाते यांवर रोजच्या रोज होणाऱ्या व्यवहारांच्या नोंदी करून बँक आपल्या खातेदारांना त्याविषयींची तपशीलवार पत्रके ठराविक काळानंतर पाठवते. पासबुकास पर्याय म्हणून अशी पत्रके असतात.

banker to an issue : समभाग विक्रीसाठी नियुक्त केलेली व सेबीने मान्यता दिलेली अनुसूचित बँक. ही बँक कंपनीच्या समभागांच्या भांडवलबाजारातील विक्रीची संपूर्ण जबाबदारी घेते व त्या संदर्भात सेबीने घातलेल्या सर्व अटींचे पालन करून समभागांच्या विक्री व्यवहाराची पूर्तता करते.

banker's acceptance : बँकेची स्वीकृती. बँकेने स्वीकारल्यानंतर त्या बिलास चलनक्षम दस्तऐवजाचा दर्जा प्राप्त होतो.

bankers bank : बँकांची बँक, मध्यवर्ती बँक. ही बँक सर्व बँक व्यवसायावर आपले नियंत्रण प्रस्थापित करते तसेच व्यापारी बँकांना गरजेच्यावेळी रोखता उपलब्ध करून देते.

banker's order : खातेदाराने आपल्या बँकेला वेळोवेळी विशिष्ट आर्थिक व्यवहार, पैशांचे व्यवहार करण्याविषयी दिलेली सूचना किंवा आज्ञा.

banking company : बँक मध्यवर्ती बँकेच्या परवान्यानुसार ठेवी स्वीकारणे, कर्जे देणे व बिले वटवणे या संदर्भातील कार्ये करणारी व्यवसायसंस्था.

banking hours : बँकेच्या कामांचे तास. दररोज या वेळात बँक आपल्या ग्राहकांना बँकिंगच्या सेवा उपलब्ध करून देते.

banking system : बँक प्रणाली. देशातील विविध प्रकारच्या बँका व त्यावर नियंत्रण ठेवणाऱ्या मध्यवर्ती बँकेने देशात निर्माण केलेली पद्धती.

bankruptcy : दिवाळे, दिवाळखोरी. व्यवसाय संस्था आपल्या वाईट आर्थिक परिस्थितीमुळे आपल्या धनकोंना त्यांचे पैसे परत करण्यास असमर्थ ठरते त्यावेळी निर्माण होणारी स्थिती.

barbell : गुंतवणूकदाराच्या गुंतवणुकीची अशी रचना किंवा व्यवस्था की ज्यामध्ये अल्पवकालीन गुंतवणूक आणि दीर्घकालीन गुंतवणूक या दोन्हीही मोठ्या प्रमाणात केल्या जातात.

barbell maturity strategy : रोख पैशाची गरज आणि उत्पन्नाचे साधन या दोहोंचा विचार करून केलेली गुंतवणुकीची रचना. यामध्ये एकूण गुंतवणुकीपैकी २५% ते ४०% पर्यंत गुंतवणूक ही अत्यल्प मुदतीच्या रोख्यांत केली जाते तर उर्वरित गुंतवणूक ही अधिक व्याज देणाऱ्या व दर्शनी मूल्यापेक्षा अधिक बाजारातील मूल्य असलेल्या दीर्घ मुदतीच्या रोख्यात केली जाते.

bargain : सौदेबाजी, घासाघीस. अधिक लाभ घेण्याचा प्रयत्न.

bargain purchase option : भाड्याने घेतलेली मत्ता काही काळाने कमी किमतीला खरेदी करण्याचा भाडेकरूस असलेला पर्याय.

bargain renewal option : पूर्वी भाड्याने घेतलेल्या मत्तेची मुदत पूर्ण झाल्यावर कमी भाड्याने सदरची मत्ता घेण्याचा- भाडेकराराचे पुनरुज्जीवन करण्याचा भाडेकरूला मिळणारा पर्याय.

base rate, prime lending rate : पायाभूत/मूलभूत व्याजाचा दर ज्यावर बाकीचे व्याजाचे दर अवलंबून असतात.

basis : आधार, पाया. आजचा व्याजदर व भविष्यातील अपेक्षित व्याजदर यातील तफावतीमुळेच सर्व आर्थिक उलाढाली होतात.

basis for assessment : मूल्यांकनाचा आधार, निकष.

basis of allotment : समभाग/रोखे मंजुरीच्या रचनेचा आधार जेव्हा कंपनी विक्री करू इच्छिणाऱ्या एकूण समभाग/रोख्यांच्या संख्येच्या अनेकपट रोख्यांना मागणी येते त्यावेळी मागणी करणाऱ्या अर्जदारांचे मागणीनुसार गट बनवले जातात व प्रत्येक गटातील काही अर्जदारांना विशिष्ट प्रमाणात रोखे दिले जातात व बाकीची अनामत रक्कम परत केली जाते. ज्यांना रोखे मंजूर होत नाहीत त्यांची संपूर्ण रक्कम परत केली जाते. अर्जदाराची मागणी जितकी मोठी तितकी काही प्रमाणात समभाग मिळण्याची शक्यता वाढते. रोखे विक्रीचे हे कोष्टक प्रकाशित करून त्यानुसार समभागांची विक्री केली जाते.

basis point : १% चा एकशतांश ०.०००१ इतके मूल्य.

basket trading : समभागांच्या संचाचा एकत्रित विनिमय. गुंतवणूकदार रोखेबाजारात आपला प्रभाव वाढवण्यासाठी १० किंवा त्यापेक्षा अधिक कंपन्यांच्या समभागांचे एकत्रित व्यवहार करतो. यात काही समभागांची खरेदी तर काहींची विक्रीही एकाच वेळी केली जाते.

basket trading : गुंतवणूकदाराच्या खात्यावरील सर्व समभागांच्या खरेदी/विक्रीचा एकत्रित व्यवहार. त्या वेळी समभागांची एकत्रित खरेदी किंवा विक्री व पुढील काळात त्यांची विक्री व खरेदी असा हा व्यवहार असतो.

bear hug : अस्वली विळखा. दुसरी कंपनी ताब्यात घेण्यासाठी तिच्या समभागांची मोठ्या प्रमाणात खरेदी करून संचालकांवर दबाव आणणे.

bearer bond : धारक रोखा. रोख्याच्या रकमेची परतफेड ही ज्याच्याजवळ रोखा आहे अशा रोखेधारकास केली जाते. अशा रोख्यावर रोखा खरेदी करणाऱ्याचे नाव नसते.

bearer cheque : खातेदाराने बँकेवर काढलेला असा चेक की ज्याचे पैसे चेक घेऊन येणाऱ्या कोणत्याही धारक व्यक्तीला मिळू शकतात. रेखांकित न केलेला तसेच or bearer हा शब्द न खोडलेला प्रत्येक चेक हा धारक चेक असतो.

benchmark rate : रोखेबाजारातील किमतीतील चढ-उतारांचे मूल्यमापन करण्यासाठी आधारभूत असणारा दर.

beneficiary : १) लाभार्थी. विविध सेवांचा, उपक्रमांचा लाभ घेणारी व्यक्ती किंवा संस्था. २) लाभार्थी. एखादा ट्रस्ट विसर्जित झाल्यानंतर ट्रस्टच्या खात्यावरील सर्व रक्कम ज्याला मिळते अशी व्यक्ती किंवा संस्था.

best efforts underwriting : उत्कृष्ट प्रकारचे अभिगोपन. रोखे, समभाग विक्रीसाठी दिली जाणारी अशा प्रकारची हमी की ज्यामध्ये हमीदारास आपल्या लौकिकामुळे जास्तीत जास्त समभागांची विक्री गुंतवणुकदारांना करणे शक्य होते व विक्री न झालेल्या समभागांचे प्रमाण नगण्य राहते.

beta : कोणत्याही वित्तीय मत्तेचे व त्यामधील जोखमीचे भांडवली मत्ता मूल्यांकन प्रतिमानाच्या आधाराने होणारे मूल्यांकन.

bid price : मत्ता विक्रेत्यास ग्राहक खरेदीसाठी देऊ इच्छित असलेली त्या मत्तेची किंमत. लिलावातील बोली किंमत.

bif : ठेवींच्या सुरक्षिततेसाठी बँकेने निर्माण केलेला विमा निधी. Bank Insurance Fund.

bifurcation : विभाजन, विभागणी.

big ticket lease : मौल्यवान मत्तेचा भाडेव्यवहार. उदा. जहाज, विमान, ऊर्जा संयंत्रे, उपग्रह इत्यादी भाड्याने देण्याचा व्यवहार.

bill market : विनिमय बिलांचा बाजार, हुंडीबाजार. यामध्ये हुंड्यांची विनिमय बिलांची वटवणूक केली जाते.

bill market scheme : हुंडीबाजार योजना. देशात उधारीच्या, अल्पकालीन कर्जव्यवहाराला चालना मिळून त्यातून चलनक्षम दस्तऐवज-विनिमय बिले, हुंड्या निर्माण होऊन त्यांच्या वटवणुकीचे व्यवहार वाढावेत व त्यायोगे देशातील हुंडीबाजाराचा विकास होऊन पतपैसा वाढावा यासाठी भारतीय रिझर्व्ह बँकेने १९५२ मध्ये प्रथम हुंडीबाजार योजना सुरू केली. त्यानुसार बँकांनी वटवणूक केलेल्या हुंड्या, बिले यांची फेरवटवणूक सवलतीच्या व्याजदराने करून त्यायोगे व्यापारी बँकांची रोखतेची गरज भागवणे असे या योजनेचे स्वरूप होते. त्यानंतर १९७० मध्ये पहिल्या योजनेत बदल करून पुन्हा रिझर्व्ह बँकेने नवीन हुंडीबाजार योजना कार्यान्वित केली.

bill of entry : आवक बिल. आयातदाराने जकात विभागामध्ये दाखल केलेल्या संभाव्य आयातीचे एकूण मूल्य व आयात वस्तूंचे वर्णन याबाबतचा तपशील.

bill of exchange : विनिमय बिल / हुंडी. पैशांच्या देवाण-घेवाणीच्या व्यवहारांतून किंवा उधारीच्या व्यापारामधून धनकोने ऋणकोस विशिष्ट तारखेला विशिष्ट रक्कम परत देण्याची व ऋणकोने मान्य करून स्वीकारलेली लेखी आज्ञा. ऋणकोने स्वीकृती दिल्यानंतर त्याची रीतसर नोंदणी झाल्यानंतर या आज्ञेस चलनक्षम दस्तऐवजाचा दर्जा मिळतो.

bill of lading - B/L : जहाजकंपनीने मालाची वाहतूक करताना विशिष्ट ठिकाणी पोचवण्यासाठी विशिष्ट किमतीचा माल स्वीकारण्याची मालकास दिलेली चलनक्षम दस्तऐवज होऊ शकणारी पावती.

bills payable : देय रकमांची विनिमय बिले. त्यातील प्रत्यक्ष रक्कम धनकोला देण्याच्या तारखेपर्यंत ही बिले ऋणकोच्या व्यवहारांच्या ताळेबंदात देणे रकमा म्हणून देयतेच्या बाजूस नोंदवली जातात.

bills receivable : येणे रकमांची विनिमय बिले. त्यातील रकमा ऋणकोकडून वसूल होण्याच्या तारखेपर्यंत ही बिले धनकोच्या व्यवहारांच्या ताळेबंदात येणे रकमा म्हणून मत्तेमध्ये दर्शवली जातात.

bills rediscounting : विनिमय बिले किंवा हुंड्या यांची फेरवटवणूक. मध्यवर्ती बँक अशा फेरवटवणुकीद्वारे गरजू बँकांना रोखता उपलब्ध करून देते.

bin cards : बिन कार्डे. धनकोंना किंवा कर्जे देणाऱ्या बँकांना वेळेवर पैसे देणे शक्य व्हावे यासाठी ऋणको आपली प्रवाही मत्ता, अन्य मत्ता, देय असलेली विनिमय बिले, परतफेडीच्या तारखा, कच्च्या व तयार मालांचे साठे या बाबतच्या तपशीलवार नोंदी ज्यामध्ये करतो अशी कार्डे, पैशांच्या देवाण-घेवाणीची वेळेवर पूर्तता करण्यासाठी अशा कार्डांचा व्यवस्थापकास उपयोग होतो.

bipartite lease : लीजिंगच्या व्यवहारात भांडवल भाड्याने देणारा व भांडवल भाड्याने घेणारा असे दोन पक्ष असतात. त्यांच्यात भांडवलाच्या (उदा. यंत्रसामुग्री, वाहने इ.) देवाण-घेवाणीचा प्रत्यक्ष व्यवहार होतो.

blank cheque : कोरा चेक. ज्यावर खातेदाराच्या स्वाक्षरीव्यतिरिक्त कोणतीही गोष्ट नोंदवलेली नसते.

blank transfer : कोरे हस्तांतरण. रोख्यांचे हस्तांतरण करणारा ज्याच्या नावे हस्तांतरण करायचे आहे त्याचे नाव न लिहिता ती जागा कोरी ठेवतो व आपली स्वाक्षरी करून तो अर्ज धनकोस किंवा बँकेस देतो. तारण मत्तेबाबत अशी व्यवस्था केली जाते. ऋणकोस कर्जाची परतफेड करता न आल्यास धनको त्या कोऱ्या जागेवर आपले नाव नोंदवून मत्ता आपल्या नावावर हस्तांतरित करून घेऊ शकतो. रोख्यांच्या विक्री व्यवहारातही दलाल हा रोखे विक्रेत्याकडून या प्रकारचे हस्तांतरण घेऊन ठेवतो व व्यवहार झाल्यानंतर ग्राहकाचे नाव त्या ठिकाणी नोंदवतो.

block discounting : लीजिंग कंपनी विविध ग्राहकांबरोबर भांडवल भाड्याने देण्याचे जे व्यवहार करते त्यासंदर्भात बनवलेली विनिमय बिले ती एकत्रितपणे वित्त पुरवठा कंपनीकडे वटवणुकीसाठी पाठवते. वित्तीय कंपनी या सर्व बिलांची एकत्रित वटवणूक करते.

blue chip company : नामवंत कंपनी, बडी कंपनी, वजनदार व्यवसाय संस्था अशा संस्थेची बाजारात प्रचंड पत असते व तिच्या समभागांचे बाजारातील मूल्य दर्शनी मूल्याच्या अनेक पट असते. त्यामुळे मूल्यवर्धन, आकर्षक दराने मिळणारा लाभांश व वेळोवेळी मिळणारे बक्षीस समभाग यामुळे गुंतवणूकदार गुंतवणूक करताना अशा कंपन्यांना नेहमीच आपली पसंती देतात.

blue pencil test : निळ्या पेन्सिलीची सुविधा. जेव्हा एखाद्या करारातील कालांतराने अनावश्यक झालेला भाग त्यावर निळ्या शिसपेन्सिलीने रेघ ओढून खोडल्याने वगळता येऊन बाकीचा करार कायम राहतो, तेव्हा त्या परिस्थितीचे वर्णन करण्यासाठी ही संज्ञा वापरली जाते.

board of directors : संचालक मंडळ समभागधारकांनी निवडलेल्या प्रतिनिधींचे संस्थेच्या सर्व व्यवहारांच्या संदर्भात, दैनंदिन कामकाजाच्या संदर्भात आवश्यक ते सर्व निर्णय घेणारे असे मंडळ.

body corporate : कायद्यान्वये व्यक्तीचे अस्तित्व दिलेली व्यवसायसंस्था.

bonafied : मूळचा, अधिकृत, विश्वासार्ह, सचोटीने व्यवहार करणारा, प्रामाणिक.

bond : बंधन करार, दृढता, विशिष्ट गोष्ट करण्याबाबत किंवा विशिष्ट गोष्ट न करण्याबाबत एका पक्षाने दुसऱ्या पक्षास लिहून दिलेला अधिकृत करार.

bond broker : रोखे दलाल. भांडवलबाजारात फक्त कर्जरोख्यांच्या खरेदी–विक्रीचे व्यवहार करणारा मध्यस्थ.

bond funds, income funds, debt funds : रोखे गुंतवणूक निधी. या गुंतवणूक निधीची संपूर्ण रक्कम सरकारी किंवा प्रथम श्रेणीच्या रोख्यात गुंतवली जाते व त्यापासून निश्चित स्वरूपाचे उत्पन्न नियमितपणे मिळते.

bond rating : रोख्यांचे मूल्यांकन. रोखे विक्री करणारी संस्था आणि तिची एकूण मत्ता, बाजारातील पत इत्यादींचा विचार करून मूल्यांकन करणाऱ्या संस्थेने तिच्या रोख्यांना दिलेला दर्जा. उदा. क्रिसिल या संस्थेने रोख्यांना दिलेला दर्जा याप्रमाणे. AAA - सर्वाधिक सुरक्षितता. नियमित व्याज व रकमेच्या मुदतीनंतरच्या परतफेडीची खात्री. AA - चांगली सुरक्षितता. A - पुरेशी सुरक्षितता. परिस्थितीत बदल झाला तरच जोखीम वाढेल. या दर्जामध्येदेखील + व – या चिन्हांचा वापर केला जातो. BBB - मर्यादित सुरक्षितता. BB - अपुरी सुरक्षितता. B - अधिक जोखीम. C - रोख्यांचे पैसे बुडण्याची शक्यता. D - पैसे बुडण्याची खात्री. या दर्जाच्या कंपन्यात गुंतवणूकदाराने स्वतःच्या जोखमीवर निर्णय घ्यावेत. असमाधानकारक परिस्थिती असल्याने जोखीम मोठी असेल.

bond types : रोख्यांचे प्रकार. अल्प मुदती, दीर्घमुदती, कंपन्या, केंद्र सरकार, राज्य सरकारे व स्थानिक स्वराज्य संस्था तसेच शासकीय महामंडळे, रिझर्व्ह बँक वगैरेंनी विक्रीसाठी आणलेले रोखे, व्यावसायिक कंपन्यांचे रोखे. वित्तीय कंपन्यांचे रोखे, सुरक्षित, असुरक्षित, परिवर्तनीय, अपरिवर्तनीय इ. विविध प्रकारचे रोखे भांडवलबाजारात असतात. त्यावर गुंतवणूकदाराला व्याज मिळते व मुदत पूर्ण झाल्यावर मुद्दल परत मिळते. तत्पूर्वी त्यांची भांडवलबाजारात खरेदी–विक्री होऊ शकते.

bonded ware house : बंधित गुदाम, शासकीय मालकीचे असे गुदाम ज्यामध्ये ग्राहक करपात्र असणारा आपला माल तात्पुरता ठेवतो व सरकारचे सर्व कर, गुदामाचा आकार वगैरे चुकता केल्यानंतरच आपला माल सोडवून घेतो.

bonus shares : बक्षीस समभाग कंपनी न वाटलेल्या नफ्यातून राखीव निधी निर्माण करते. जेव्हा या राखीव निधीतून व्यवसायासाठी भांडवल उभारले जाते त्यावेळी कंपनी त्यासाठी समभागधारकांची संमती घेते व त्यांच्याजवळील समभागांच्या विशिष्ट प्रमाणात त्यांना बक्षीस समभाग देते.

book building : समभाग विक्रीसाठी बडे गुंतवणूकदार व वित्तसंस्था यांच्याकडून अधिमूल्य असणारे खरेदी प्रस्ताव मागवून त्यानुसार अधिमूल्य ठरवून त्या किमतीला त्या ग्राहकांना समभागांची विक्री करण्याची पद्धत.

book building method : ग्राहकांमार्फत समभाग मूल्य निश्चितीची पद्धती. या पद्धतीमध्ये कंपनी आपल्या समभागांची भांडवलबाजारात विक्री करताना ग्राहकांकडून किमतीबाबत निविदा मागवते. कंपनीने विक्रीसाठी ठरवलेले किमान व कमाल मूल्य यांच्या दरम्यान किमती खरेदी करण्यासाठी ग्राहकांमार्फत कळवल्या जातात. त्या सर्व किंमतींचा एकत्रित विचार करून कंपनी आपल्या समभागांचे विक्रीमूल्य निश्चित करून आपल्या समभागांची निविदा भरणाऱ्या ग्राहकांना विक्री करते.

book debt : पुस्तकी कर्ज. धनको हा जेव्हा ऋणकोस कर्जाची परतफेड करण्यासाठी काही मुदतीची सामंजस्याने सवलत देतो तेव्हा असे कर्ज परतफेडीच्या मुदतीपर्यंत पुस्तकी कर्ज म्हणून संबोधले जाते.

book runner : कंपनीच्या समभागांची Book Building च्या पद्धतीने विक्री करणारा. विक्री करताना त्यासाठी आवश्यक गोष्टींची पूर्तता करणारा.

book value : पुस्तकी मूल्य. कंपनीच्या संपूर्ण निव्वळ मत्तेच्या एकूण मूल्यास विक्री झालेल्या समभागांच्या संख्येने भागले असता त्यायोगे प्रत्येक समभागाचे पुस्तकी मूल्य समजते.

borrower : कर्ज घेणारा, ऋणको. अशी व्यक्ती किंवा संस्था जी धनकोंकडून व्याजाने पैसे घेते. त्याबाबतच्या सर्व अटी, व्याजाचा दर, परतफेडीची मुदत वगैरे गोष्टी लेखी व कायदेशीर कराराने नोंदवल्या जातात. धनको व ऋणको यांच्यात अशा प्रकारचे करार होतात.

bought out deals : मर्चंट बँकेमार्फत समभागांचा उक्त्या खरेदीचा व्यवहार. कंपनी आपले विक्रीसाठी आणलेले संपूर्ण समभाग दर्शनी किमतीपेक्षा अधिक किमतीला मर्चंट बँकरला विकते. त्यानंतर मर्चंट बँकर ते बाजारभावानुसार इतरांना विकतात.

bounce a cheque : चेक देणाऱ्या खातेदाराच्या खात्यावरील अपुरी शिल्लक किंवा अन्य त्रुटींमुळे चेक न वटता परत येणे.

branch : शाखा. मुख्य कार्यालयाच्या नियंत्रणाखाली इतर ठिकाणी असलेले कार्यालय.

branch banking : शाखा पद्धतीचा बँक व्यवसाय. एक प्रमुख कार्यालय व अन्यत्र विविध शाखा उघडून त्यांच्याद्वारे व्यवसाय करणारी बँक. अशा अनेक बँकांमुळे शाखा बँकिंगची प्रणाली देशात निर्माण होते.

brand power : मोठी कंपनी आपल्या नावलौकिक, बाजारातील वर्चस्व याचा वापर करून प्रतिस्पर्धी असणाऱ्या आर्थिकदृष्ट्या कमकुवत कंपन्या त्यांच्या समभागांची कमी किमतींना खरेदी करून त्यांच्यावर आपले वर्चस्व प्रस्थापित करते.

breach of contract : करारातील अटींचा भंग, कराराची पूर्तता न करणे.

break-even point : समखर्च प्राप्ती बिंदू. व्यवसायाच्या आरंभी खर्च अधिक व प्राप्ती कमी अशी स्थिती असते. त्यामुळे काही काळ व्यावसायिकास तोटा सहन करावा लागतो. व्यवसाय वाढीबरोबर प्राप्तीत वाढ होऊन हा तोटा घटत जातो. त्यानंतरच्या पातळीला खर्च व प्राप्ती समान होऊन तोटा शून्य होतो. त्याचे वर्णन समखर्च प्राप्ती बिंदू या संज्ञेने केले जाते. त्यानंतर व्यवसायात वाढ झाली की नफ्याचे प्रमाण वाढत जाते.

brick and morter banking : विशिष्ट जागेत व्यवहार होणारा बँक व्यवसाय.

bridge loan : तात्पुरते कर्ज. प्रमुख – अधिक मुदतीचे कर्ज मिळण्याची प्रक्रिया पूर्ण होईपर्यंतच्या कालावधीपुरते उभारलेले कर्ज.

broker : मध्यस्थ, दलाल. हा मत्तेचे व्यवहार करणारे ग्राहक आणि विक्रेते यांना एकत्र आणून व्यवहार घडवतो. व्यवहाराच्या पूर्ततेनंतर त्याला या कामासाठी दलाली, मोबदला मिळतो.

brokerage : दलाली व्यवहारांची पूर्तता करून देणाऱ्या मध्यस्थास त्याच्या कार्याबाबत मिळणारा मोबदला.

budget : अंदाजपत्रक, अर्थसंकल्प. व्यवसायसंस्था किंवा शासनसंस्था येणाऱ्या वित्तीय वर्षातील (१ एप्रिल ते ३१ मार्च) अपेक्षित प्राप्ती व संभाव्य खर्च यांचे विवरण दर्शविणारे पत्रक.

bulge bracket firms : समभाग, रोखे विक्रीची हमी देणाऱ्या नामवंत कंपन्यांचा समूह. रोखे विक्री करणारी कंपनी अशा समूहाने दिलेल्या हमीमुळे निर्धास्त बनते.

bullet loan : असे कर्ज ज्यामध्ये मुदतीनंतर संपूर्ण मुद्दलाची ताबडतोब परतफेड करावी लागते.

burden : व्याजाखेरीज इतर खर्चामधून व्याजेतर प्राप्ती वजा केल्यास भाराचे प्रमाण समजते.

business : व्यवसाय. नफा मिळवण्यासाठी केले जाणारे विविध व्यवहार, उद्योग.

business risk expense : व्यावसायिक जोखमीचा खर्च. व्यवसायसंस्थेचा तोटा व संभाव्य जोखमीबाबत केलेला खर्च.

business risks analysis : व्यावसायिक धोक्यांचे विश्लेषण. बाजारातील स्पर्धा, कंपनीची वित्तीय परिस्थिती, औद्योगिक शांतता, कंपनीची कार्यक्षमता, नफ्याचे प्रमाण, कायदेशीर स्वरूप, स्वत:चे भांडवल व इतरांकडून घेतलेले भांडवल यांचे गुणोत्तर, रोखता प्रवाह, व्यावसायिक साहस वगैरे घटकांच्या आधाराने कंपनीची सुरक्षितता व धोक्यांचे प्रमाण व स्वरूप यांचे केले जाणारे विश्लेषण.

buy back : फेरखरेदी.

buy back of an asset : मत्तेची फेरखरेदी. व्यवसायसंस्थेने विक्री केलेल्या आपल्या मत्तेची गुंतवणुकदाराकडून पुन्हा केलेली खरेदी. उदा. समभाग, रोख्यांची फेरखरेदी.

buyers market : ग्राहकांचा बाजार. ज्या बाजारात ग्राहकांचे वर्चस्व असल्याने विक्रेत्यांना अधिकाधिक ग्राहक आपल्याकडे आणण्यासाठी त्यांना सवलती द्याव्या लागतात. आमिषे दाखवावी लागतात.

by product : उपफल, जोड उत्पादन. व्यवसायसंस्था आपल्या मुख्य उत्पादनाला पूरक अशी अन्य उत्पादने निर्माण करते.

call loan : अल्पसूचना कर्ज, मागणी कर्ज. २४ तासांची पूर्वसूचना देऊन ज्या कर्जाची रक्कम गुंतवणूकदारास परत मिळू शकते असे कर्ज. काही तासांपासून जास्तीत जास्त सात दिवसांची मुदत असणारे कर्ज.

call money market : अल्पसूचना कर्जबाजार. त्यायोगे बँकांना रोखता उभारणे शक्य होते.

call option : विक्रेता व ग्राहक यांच्यामधील असा करार की ज्यामध्ये ग्राहक हा आधीच ठरवलेल्या किमतीला काही काळानंतर विक्रेत्याकडून मत्ता खरेदी करू शकतो.

call protection : मुदतीचे संरक्षण. अशी तरतूद ज्यायोगे धनको काही काळापर्यंत आपले पैसे परत मागू शकत नाही.

call provision : रोख्याची मुदतपूर्व परतफेड. गुंतवणूकदार रोख्यांची मुदत पूर्ण होण्याआधीच आपले पैसे परत मागू शकतो. कंपनीला मुद्दल व त्या कालावधीचे व्याज गुंतवणूकदाराला द्यावे लागते.

callable bond : रोखे विकणारी संस्था. रोख्यांची मुदत पूर्ण होण्याआधीच रोख्याची फेरखरेदी करून गुंतवणूकदारांचे पैसे परत करू शकते अशा प्रकारचा रोखा.

camels : कॅमल्स : सी – कॅपिटल ॲडिक्सी, ए – ॲसेट क्वालिटी, एम – मॅनेजरियल क्वालिटी, ई – अर्निंग, एल – लिक्विडिटी, एस – सेन्सिटिव्हिटी टू मार्केट रिस्क) बँकेच्या कारभाराचे मूल्यांकन करण्यासाठी विचारात घेतले जाणारे घटक – C - Capital Adequacy समभाग भांडवल पुरेशा प्रमाणात असणे. A - Asset Quality - मत्तेची गुणवत्ता. (लाभप्रदता, सुरक्षितता, विनिमेयता इ. घटकांचा

विचार. M - Managerial Quality – व्यवस्थापनाची गुणवत्ता. E - Earning quality - नफ्याचे प्रमाण. L - Liquidity - रोख पैसा उभारण्याची पात्रता. S - Sensitivity to Market risk - बाजारातील धोक्यांबाबत संवेदनक्षमता – धोका सहन करण्याची क्षमता.

cancellable lease : रद्द होऊ शकणारा मत्ता भाड्याने घेण्याचा व्यवहार. पूर्वसूचना आणि योग्य तो दंड भरून अशी व्यवस्था होऊ शकते.

cancellation : रद्द करण्याची, काढून टाकण्याची प्रक्रिया.

cancellation of instruction : पूर्वी दिलेली सूचना रद्द करण्याची प्रक्रिया. बँकेचा ग्राहक किंवा त्याचा अधिकृत प्रतिनिधी यांनी त्याबाबत बँकेस लेखी पत्र देणे आवश्यक असते.

cancellation of licence - insurance : विमा प्रतिनिधित्वाचा परवाना रद्द होण्याची प्रक्रिया. अपात्र ठरलेल्या प्रतिनिधीबाबत हा निर्णय घेतला जातो. अल्पवय, मानसिक कमकुवतपणा, गैरव्यवहार, ग्राहकास चुकीची माहिती देणे, पात्रतेसाठी आवश्यक अटी पूर्ण न करणे इ. कारणांसाठी प्रतिनिधित्वाचा परवाना रद्द करता येतो.

cap : संस्थेच्या भांडवल उभारणी खर्चावर मर्यादा घालणे.

capital : भांडवल. १) संपत्तीचा भविष्यकालीन संपत्ती निर्माण करण्यासाठी वापरला जाणारा भाग. उदा. यंत्रसामुग्री, इमारत, कच्चा माल, इंधन इ. २) वित्तीय मत्ता उभारण्यासाठी संस्थेने अवलंबलेले विविध मार्ग – समभाग, कर्जरोखे, राखीव निधी, कर्ज, ठेवी, अनामत रक्कम इ. संयुक्त भांडवली कंपनी म्हणून नोंदणी झालेल्या संस्थेच्या संचालकांनी कंपनीच्या व्यवसायासाठी आवश्यक असलेली, विविध मार्गांनी उभारलेली रक्कम. यात मुख्यत: समभागांची विक्री करून उभारल्या जाणाऱ्या भांडवलाचा विचार केला जातो. कर्जे, अनामत रकमा, मुदतठेवी, राखीव निधी इ. भांडवल उभारणीचे इतर मार्ग आहेत.

capital account transactions : भांडवली खात्यावरील व्यवहार. यांत मुख्यत: कर्जे उभारणे, कर्जाची परतफेड करणे, दीर्घकालीन गुंतवणूक करणे, गुंतवणूक मोडणे यासारख्या स्वरूपाचे व्यवहार दर्शविले जातात.

capital adequacy norms : पुरेसे भांडवल असण्याबाबतचे निकष. भांडवल बाजारात उलाढाली करणाऱ्या सर्व घटकांना हे निकष लागू होतात. प्रत्येक घटकाबाबतचे निकष हे वेगवेगळे असतात. एकूण उलाढालीच्या विशिष्ट प्रमाणात बँकेच्या वा व्यावसायिक संस्थेच्या समभाग भांडवलाचे प्रमाण असावे लागते.

capital expenditure : भांडवलीखर्च. दीर्घकाळ उपयुक्त ठरणाऱ्या मत्तेच्या खरेदीसाठी केलेला खर्च.

capital gain/loss : भांडवली लाभ/तोटा. मत्तेच्या विक्रीच्या वेळी मत्तेच्या मूल्यातील बदलामुळे मत्ताधारकास झालेला लाभ/तोटा.

capital goods : दीर्घकाळापर्यंत वापरता येणाऱ्या वस्तू, मत्ता. उदा. इमारत, जमीन, फर्निचर, यंत्रसामुग्री, इ.

capital issue (control) act : भांडवलाच्या विक्रीवर नियंत्रण ठेवणारा कायदा.

capital lease : भांडवल भाड्याने देण्याची प्रक्रिया. यामध्ये भाडे खरेदीची व्यवस्था असते. सर्व हप्ते भरल्यानंतर भांडवलाच्या मालकीचे हस्तांतरण भाड्याने घेणाऱ्याकडे होते. भांडवली भाडेव्यवहार. १) भाड्याने घेतलेल्या मत्तेचे भाडेकरूकडे हस्तांतरण होणे. २) मत्तेच्या एकूण आर्थिक कालावधीच्या ७५% कालावधीसाठी मत्ता भाड्याने देणे. ३) मत्तेच्या बाजारातील किमतीच्या ९०% किंमत एकूण भाड्याच्या कालावधीत वसूल होईल अशाप्रकारे भाडे आकारणे या अटींची पूर्तता जेव्हा होते तेव्हा तो भांडवली भाडेव्यवहार होतो.

capital market : १) भांडवलबाजार. मध्यम, दीर्घ व कायमच्या वित्तीय मत्तांच्या विनिमय व्यवहारांचे ठिकाण. २) कायमस्वरूपी किंवा दीर्घकालीन भांडवलउभारणीच्या विविध साधनांचा प्रपत्रांचा विनिमय. ३) व्यवसायसंस्थांना दीर्घमुदती व कायमस्वरूपी भांडवल पुरवणाऱ्या सर्व संस्थांचा त्यात समावेश होतो.

capital market segment : भांडवलबाजाराचा विभाग. रोख्यांचे, समभागांचे व्यवहार, दीर्घकालीन कर्जाचे व्यवहार, भाडेखरेदी व्यवहार असे विविध विभाग भांडवलबाजारात आढळतात.

capital recovery : भांडवलाची वसुली.

capital risk : भांडवली धोका/जोखीम. वित्तीय मत्तेचे मूल्य प्रचंड प्रमाणात कोसळल्याने उद्भवलेली स्थिती.

capital structure : १) भांडवलाची रचना. समभाग व रोखे विक्री, बँका, वित्त संस्थांकडून घेतलेली कर्जे, स्वीकृत ठेवी, अनामत रकमा, राखीव निधीचे भांडवलीकरण इ. विविध मार्गांनी उभारलेल्या भांडवलाचे एकूण भांडवलातील प्रमाण. २) व्यवसायसंस्थेच्या भांडवल उभारणीच्या विविध मार्गांची रचना.

capital to risk weighted assets : जोखमी मत्तेच्या गुंतवणुकीचा विचार करून

बँकेने आपल्या सुरक्षिततेसाठी ठेवलेले भांडवलाचे योग्य प्रमाण. यामध्ये वसूल भांडवल, राखीव निधी वगैरे घटक महत्त्वाचे असतात.

captive finance company : उत्पादकाने आपल्या उत्पादनांची विक्री वाढवण्याच्या हेतूने ग्राहकांना खरेदीसाठी कर्ज देण्यासाठी स्वतःच निर्माण केलेली वित्तसंस्था.

captive leasing : भांडवल निर्माण करणाऱ्या कंपनीने आपली उलाढाल वाढवण्यासाठी आपल्याच मालकीची उपकंपनी स्थापन करून त्याद्वारे लीजिंग करणे.

card bank : आपल्या ग्राहकांना, खातेदारांना Credit Card देणारी बँक. ही बँक एकतर स्वतःचे Credit Card विनिमयासाठी ग्राहकांना देते किंवा राष्ट्रीय/आंतरराष्ट्रीय पातळीवर Credit Card चा व्यवसाय करणाऱ्या संस्थांचे प्रतिनिधित्व करून त्यांचे कार्ड आपल्या खातेदारांना देते.

care loan rating : केअरचे कर्ज विषयक मूल्यांकन – १) दीर्घकालीन कर्जांच्या संदर्भात CARE AAA (L) अत्युत्कृष्ट कर्ज ज्याच्या परतफेडीबाबत, नियमित व्याज मिळण्याबाबत धनकोला खात्री वाटते, त्यानंतर उतरत्या क्रमाने CARE AA (L) CARE (L) CARE BDBLL, CARE BBCL), CAREBCL), CARE D (L) याप्रमाणे निकृष्टता दर्शवणारे मूल्यांकन केले जाते. २) अल्पकालीन कर्जाबाबत PL-1 ते PL-5 असे सुरक्षिततेकडून धोक्याकडे जाणारे मूल्यांकन केले जाते. याप्रमाणे विविध व्यवसायांच्या संदर्भातही असेच उतरत्या क्रमाने मूल्यांकन CARE Ltd. मार्फत केले जाते.

care Ltd. : केअर लिमिटेड. सन १९९३ मध्ये IDBI, अन्य वित्तसंस्था व बँकांनी एकत्र येऊन स्थापन केलेली संस्था. ही अल्प व दीर्घ मुदतीकर्ज रोख्यांचे मूल्यांकन करणे, गुंतवणूकविषयक सल्ला व इतर सेवा पुरवणे, संस्थेची पतविषयक माहिती गोळा करणे, समभाग संशोधन, इंधन पुरवठा करणाऱ्या तसेच वृक्षलागवडीच्या संदर्भात स्थापन झालेल्या कंपन्यांच्या कारभाराचे परीक्षण अशी विविध कार्ये करते.

care Ltd. symbols : CARE Ltd. च्या मूल्यांकन संज्ञा. CARE AAA, CARE AA, CARE A, CARE BBB, CARE BB, CARE B, CARE C, CARE D याप्रमाणे गुंतवणुकीबाबत अतिसुरक्षिततेपासून अत्यंत जोखीम दर्शवणारी A पासून D पर्यंत अक्षरे वापरली जातात. विविध प्रकारच्या ठेवींसाठी हे मूल्यांकन आहे. या व्यतिरिक्त अल्पमुदती देण्याबाबत PR-1 ते PR-5 पतमूल्यांकनासाठी CAR-1 ते CAR-5 दीर्घमुदती कर्जाबाबत CARE AAA ते CARE-D अल्पमुदती कर्जासाठी PL-1 ते PL-5 याप्रमाणे मूल्यांकन केले जाते.

carried interest : सामान्य भागीदार व मर्यादित भागीदार यांचा भांडवलातील आणि नफ्यामधील हिस्सा.

cash : रोख रक्कम. बाजारात ज्यांना पत नाही अशांना विनिमय व्यवहार करण्यासाठी आवश्यक असलेली नोटा, नाणी इ. रक्कम – प्रवाही मत्ता.

cash against document : योग्य ती रक्कम मिळाल्यानंतरच संबंधित दस्तऐवज ग्राहकाच्या ताब्यात देणे.

cash assets : खातेदारांची देणी भागवण्यासाठी बँकेने जवळ ठेवलेली रोख रक्कम. मध्यवर्ती बँकेच्या नियमांनुसार बाळगलेली रोख रक्कम.

cash based income statement : बँकेच्या उत्पन्नापैकी रोखता प्रवाह दर्शवणारे हिशेबपत्रक.

cash basis : रोख रकमेची प्राप्ती व खर्च मांडण्याची हिशेब पद्धती.

cash budget : विशिष्ट कालावधीसाठी बनवलेला रोखतेची प्राप्ती व त्यावर होणारा खर्च यांचा संभाव्य अर्थसंकल्प.

cash collateral : गृह कर्जाच्या सुरक्षिततेसाठी उघडलेले रोख रकमेचे खाते. वेळेवर हप्ता न मिळाल्यास यातून तो वसूल केला जातो.

cash credit : रोख कर्ज. बँकेमार्फत दिल्या जाणाऱ्या कर्जाचा एक प्रकार. ऋणकोचे बँकेतच खाते उघडून त्यावर कर्जाची रक्कम जमा केली जाते. (Cash is credited to borrower's account) बँकेने दिलेल्या धनादेशांच्या मदतीने ऋणको आपले व्यवहार करतो.

cash flow from operations : संस्थेला आपली विविध प्रकारची देणी भागवण्यासाठी उपलब्ध होऊ शकणारा रोखता प्रवाह. एकूण रोख रक्कमही संस्थेजवळील रोख रक्कम, मागणी ठेवी, वसूल झालेली बिले, बिलांची फेरवटवणूक इ. मार्गांनी उपलब्ध होते.

cash flow statement : रोख रकमेची आवक आणि जावक यांचा प्रवाह दर्शवणारे विवरणपत्र.

cash flow/inflow : रोख मत्तेचा प्रवाह. व्यवसाय संस्थेला आपली देणी वेळेवर देता येण्यासाठी आपल्या मत्तेतील गुंतवणुकीचे योग्य प्रकारे नियोजन करावे लागते. तरच त्या त्यावेळी रोख रक्कम उपलब्ध होऊ शकते. रोख रक्कम, अल्पमुदती बिले, मागणी कर्जे, वगैरे प्रकारच्या मत्तेला रोखमत्तेचा प्रवाह असे म्हटले जाते.

cash market : रोखीचा विनिमय. ग्राहकाने रोख रक्कम देऊन केलेली खरेदी. Spot transaction. Cash and Carry. (स्पॉट ट्रँझॅक्शन. कॅश ॲण्ड कॅरी)

cash reserve : रोख स्वरूपातील रक्कम. प्रत्येक बँकेस मध्यवर्ती बँकेच्या नियमानुसार एकूण ठेवींच्या काही प्रमाणात रक्कम ग्राहकांची देणी भागवण्यासाठी रोख रक्कम बाळगावी लागते.

cash to cash asset cycle : रोखीने कच्चा माल खरेदी करून उत्पादन निर्माण करणे व त्याची विक्री करून पुन्हा रोख रक्कम मिळवणे यासाठी लागणारा कालावधी. रोखतेतून रोखता निर्माण करण्याचे चक्र.

cash to cash liability cycle : वितरक, विक्रेते यांच्याकडून त्यांना पुरवठा केलेल्या मालाची रक्कम मिळण्यासाठी लागणारा कालावधी रोखतेतून रोखता देयतेचे चक्र.

cashier's cheque : बँकेच्या अधिकाऱ्याने स्वाक्षरी करून प्रसृत केलेला बँकेवरील चेक.

catastrophe reserve : अतिरिक्त राखीव निधी.

cease and desist order : गैरव्यवहारांबाबत स्थगिती व मनाई हुकूम. गैरव्यवहार करणाऱ्या संस्थेवर बजावलेली कायदेशीर मनाई व स्थगितीची सूचना.

central bank : १) मध्यवर्ती बँक. देशातील नाणेबाजार व बँक व्यवसाय यांच्यामार्फत देशात होणाऱ्या चलनपुरवठ्यावर नियंत्रण ठेवणारी देशाच्या नाणेबाजाराच्या अग्रस्थानी असणारी बँक. २) देशातील नाणेबाजार, भांडवली बाजार, बँका, वित्तसंस्था वगैरेंवर प्रत्यक्ष व अप्रत्यक्षपणे नियंत्रण ठेवणारी सरकारची बँक, सर्वोच्च स्थानी असलेली बँक. उदा. भारतीय रिझर्व्ह बँक, बँक ऑफ इंग्लंड, फेडरल रिझर्व्ह बँक, इ.

central co-operative banks : मध्यवर्ती सहकारी बँका प्राथमिक सहकारी पतसंस्था आणि राज्य सहकारी बँक यांच्या दरम्यान दुवा म्हणून प्रत्येक जिल्ह्यात त्या जिल्ह्याच्या नावाची मध्यवर्ती सहकारी बँक स्थापन केली जाते.

central depository services Ltd. : समभागांच्या अमूर्तीकरणासाठी निर्माण केलेली संस्था. ही संस्था गुंतवणूकदारांजवळील कंपन्यांचे समभाग व रोखे आपल्याजवळ सुरक्षित ठेवून गुंतवणूकदारांना खरेदी-विक्रीच्या व्यवहारासाठी नोंदणीपुस्तक बनवून देते.

central vigilance commission : केंद्रीय दक्षता आयोग. देशातील आर्थिक गैरव्यवहार, भ्रष्टाचार, लाचलुचपत यांना आळा घालण्यासाठी शासनयंत्रणेतील कर्मचाऱ्यांवर निर्बंध ठेवणारी भारत सरकारने निर्माण केलेली यंत्रणा.

certificate : प्रमाणपत्र.

certificate of deposit : ठेव प्रमाणपत्रे. १९८९ पासून त्यांच्याकडील मुदतठेवींच्या आधारे ठेवप्रमाणपत्रे निर्माण करण्यास व्यापारी बँकांना मध्यवर्ती बँकेने मान्यता दिली रुपये पाच लाख इतक्या किमतीचे हे प्रमाणपत्र असते. त्यावर व्याजाचा दर तुलनेने अधिक असतो. अशी प्रमाणपत्रे हे बँकांच्या पतनिर्मितीच्या साधनांपैकी एक महत्त्वाचे साधन बनले आहे. गुंतवणूकदार आपल्या रकमा अशा प्रमाणपत्रात गुंतवतात. भांडवलबाजारात त्यांच्या खरेदी–विक्रीचे व्यवहार होतात.

certificate of registration of mortgage : गहाण मत्तानोंदणी प्रमाणपत्र.

certified cheque : प्रमाणित चेक. बँकेने हमी दिलेला असा चेक की ज्याचे पैसे चेकधारकास तत्काळ मिळू शकतात.

certified financial planner : प्रमाणित/वित्त नियोजक. गुंतवणूकदारांच्या मत्ता व्यवस्थापनाचे योग्य प्रकारे नियोजन करणारा व्यावसायिक. त्या संदर्भातील परीक्षेत उत्तीर्ण होऊन तो योग्य ते प्रमाणपत्र मिळवून हा व्यवसाय करतो.

chairman : अध्यक्ष. समभागधारकांनी निवडून दिलेले संचालक आपल्यातील एका व्यक्तीला अध्यक्ष बनवतात. त्याच्या नेतृत्वाखाली संस्थेचा कारभार चालतो.

chairman of banking company : बँकेचा अध्यक्ष. राष्ट्रीयीकृत बँकेच्या अध्यक्षाची नियुक्ती देशाची मध्यवर्ती बँक करते तर इतर बँकांच्या संचालक मंडळामार्फत ठरवल्या गेलेल्या अध्यक्षास मध्यवर्ती बँकेची संमती आवश्यक असते.

channel : संगणकाच्या वापरासाठी आवश्यक ते सर्व घटक. मध्यवर्ती प्रक्रिया प्रणाली, केबल, Controller's card, Monitor, इ.

character : स्वभाव, गुणवैशिष्ट्ये. ऋणकोंची बाजारातील पत आजमावताना त्याचा स्वभाव-सचोटी, वक्तशीरपणा हेही घटक विचारात घेतले जातात.

characteristics : वैशिष्ट्ये, गुणधर्म.

charge : बोझा. कर्जास तारण असणाऱ्या मत्तेवर धनकोचा अधिकार असतो. त्याच्या संमतीखेरीज ऋणको मत्तेच्या संदर्भात कोणताही व्यवहार करू शकत नाही. या बोझाची रीतसर नोंदणी केली जाते.

charge off : कर्ज रद्दबातल करणे. वसुली अशक्य झाल्याने बुडीत कर्ज राखीव निधीतून रक्कम काढून वित्त संस्था किंवा बँक असे कर्ज रद्द करण्याचा निर्णय घेते.

charitable trust : धर्मादाय न्यास. सार्वजनिक कार्य करण्यासाठी स्थापन झालेली संस्था. व्यवसाय करणे हे तिचे उद्दिष्ट नसते. तिचीही नोंदणी विश्वस्त संस्थेच्या कायद्यानुसार आवश्यक असते.

charter : सनद. बँकेला आपला व्यवसाय करण्यासाठी मध्यवर्ती बँकेकडून मिळालेले प्रमाणपत्र.

chartered financial analyst : सनदी वित्तविश्लेषक. सनदी वित्तविश्लेषक संस्थेची परीक्षा उत्तीर्ण होऊन आपल्या व्यवसायासाठी सनद प्राप्त झालेला वित्त विश्लेषक.

check list : तपासणी यादी. मूळ दस्तावेजास पूरक असणाऱ्या कागदपत्रांची व्यवस्थित पूर्तता करण्यासाठी अशी यादी बनवली जाऊन त्यानुसार कागदपत्रे तपासून मगच ती मूळ दस्तावेजास जोडली जातात.

cheque : धनादेश, चेक. बँकेच्या खातेदाराने बँकेस चेकवर नाव असणाऱ्यास किंवा त्याच्या निर्देशानुसार पैसे देण्याविषयी किंवा खात्यात पैसे जमा करण्याविषयी दिलेली आज्ञा. प्रमुख प्रकार – १) धारक (Bearer) या चेकची रक्कम चेक बँकेत देणाऱ्यास मिळते. २) निर्देशित (Order) चेकची रक्कम चेकवर नाव असलेल्यास मिळते. ३) रेखांकित (Crossed) चेकची रक्कम रोख न देता बँक ती चेक धारकाच्या खात्यावर जमा करते.

cheque currency : चेकस्वरूपी चलन. ज्या चेक्सचा विनिमय व्यवहारांसाठी चलन म्हणून वापर होतो असे चेक्स.

cheque dishonoured : चेकचा अनादर. चेक लिहिताना काही त्रुटी राहिल्या किंवा खात्यावर शिल्लक नसली तर बँक तो चेक परत पाठवते. याला चेकचा अनादर असे म्हटले जाते.

cheque, check : चेक, धनादेश. बँकेच्या खातेदाराने बँकेला ज्याच्या नावाने चेक काढला असेल त्यास अथवा धारकास पैसे देण्याविषयी किंवा त्याच्या खात्यावर पैसे जमा करण्याविषयी दिलेला आदेश, आज्ञा.

chief executive : मुख्य कार्यकारी अधिकारी. संचालक मंडळाच्या वतीने संस्थेचा सर्व कारभार पहाणारी व्यक्ती – कार्यकारी संचालक, कार्यवाही अध्यक्ष, पूर्णवेळ संचालक अशा विविध प्रकारांनी ही व्यक्ती ओळखली जाते.

chinese wall : उपलब्ध झालेल्या गुप्त माहितीचा दुरुपयोग टाळण्यासाठी अवलंबले जाणारे चिनी संरक्षक भिंतीचे धोरण.

circular : परिपत्रक विविध संस्थांना एकाच वेळी एकाच मजकुराचे पाठवलेले पत्र.

civil liability : दिवाणी दायित्व. या संदर्भातील तंटे, वाद हे फक्त दिवाणी न्यायालयासमोर सुनावणीसाठी येतात.

claim : अधिकार.

classification : वर्गीकरण.

clean : विनातारण, कोणताही बोझा नसणारे.

clean bills : विनाआधार विनिमयबिले. कोणत्याही प्रकारचा उधारीवर विक्री अथवा कर्जव्यवहार नसताना ही विनिमयबिले निर्माण केली जातात. त्यामुळे त्याला कोणत्याही व्यवहाराचा आधार नसतो. साहजिकच अशा बिलांवरील व्याजाचा दर हा जास्त असतो.

clear days : स्पष्ट कालावधी. व्यवहाराच्या पहिल्या दिवसापासून ते पूर्तता होण्याच्या दिवसापर्यंतचा कालावधी.

clearance : व्यवहारपूर्तता.

clearing and settlement of stocks : समभाग रोख्यांच्या खरेदी-विक्रीच्या व्यवहारातील हिशेबांची- पैशांची देवाणघेवाण करून पूर्तता करणे. त्यानंतर आवश्यक तेव्हा समभागांचे हस्तांतरण करणे.

clearing and settlement system : समायोजन आणि व्यवहार पूर्तता पद्धती.

clearing entities : व्यवहार पूर्तता करणाऱ्या संस्था.

clearing house : निरसन गृह. बँका-बँकांमध्ये वसुलीसाठी जमा झालेल्या चेक्सच्या व्यवहारांची पूर्तता करणारे मध्यवर्ती बँकेने मान्यता दिलेले केंद्र. आता हे कार्य इलेक्ट्रॉनिक पद्धतीने केले जाते.

close ended mutual fund schemes : ठराविक कालावधीपुरत्या असलेल्या म्युच्युअल फंडांच्या योजना.

closed end lease : भाडेतत्त्वावर दिलेली मत्ता. व्यवहार कालावधी पूर्ण झाल्यानंतर भाडेतत्त्वावर देणाऱ्यास मत्ता परत मिळते.

closing : बंद करणे, थांबवणे.

closure : बंद करणे, व्यवहार थांबवणे.

code of conduct : आचारसंहिता. ज्यांना ती लागू होते त्यांना तिचे पालन करणे बंधनकारक असते अन्यथा कायदेशीर कारवाई होते. विविध व्यवहारांच्या संदर्भात पाळण्याचे निर्बंध.

cognizance : दखल.

co-hiring : मत्ता सामायिकरीत्या भाड्याने घेणे. या व्यवहारात मत्ता भाड्याने घेणारा एकच नसून अनेकजण असतात. ते या व्यवहारासाठी व्यक्तिगत तसेच सामुदायिकरीत्या जबाबदार राहतात.

collateral : गहाणवट. ऋणकोने कर्ज घेताना बँकेकडे गहाण ठेवलेली मत्ता. कर्जफेड न झाल्यास बँक या मत्तेची विक्री करून आपले कर्ज वसूल करू शकते.

compound interest : चक्रवाढव्याज. प्रतिवर्षी व्याज मुद्दलात समाविष्ट करून त्या एकत्रित रकमेवर आकारलेले व्याज.

computer : संगणक.

computerisation : संगणकीकरण.

concentration : एकवटणे.

concession : सूट, सवलत. उदा. सवलतीच्या अटीवर दिलेले कर्ज, व्याजातील सूट, इ.

concurrent audit : वित्तीय व्यवहारांची वेळोवेळी होणारी पद्धतशीर तपासणी.

conditional : शर्तीसह. विशिष्ट अटीची पूर्तता झाल्यानंतर होणारा व्यवहार. उदा. Conditional Sale, Conditional Loan इ.

conditional endorsement : सशर्त पृष्ठांकन. विशिष्ट अटी घालून केले जाणारे पृष्ठांकन.

conditional loan : सशर्त कर्ज.

conditional offer : विशिष्ट अटींवर कंपनीने केलेली समभागांची विक्री. उदा. एकूण विक्रीच्या विशिष्ट प्रमाणात समभाग खरेदीची ग्राहकास अट घालणे.

conditional sale contract : विशिष्ट अटी असलेला विक्रीकरार. भाडे खरेदी करारामध्ये विक्रेत्याने काही अटी घातल्या असतील तर त्या पूर्ण केल्यानंतरच ग्राहकास मत्ता खरेदी करता येते.

conditions and warrantee : अटी आणि हमी.

confidential report : गुप्त माहितीचा अहवाल. संबंधितांखेरीज इतरांना ही माहिती समजू शकत नाही.

confirmation : दुजोरा. माहिती बिनचूक असल्याचे निवेदन.

confiscation : जप्ती.

consequences : परिणाम.

conservator : राखणदार. न्यायालयाने दुर्बल किंवा अज्ञान व्यक्तीची मत्ता सुरक्षित ठेवण्यासाठी नियुक्त केलेली विश्वस्त व्यक्ती किंवा संस्था.

consolidated balance sheet : एकत्रित ताळेबंद. मुख्य व्यवसाय संस्था व तिच्या दुय्यम असणाऱ्या सर्व व्यवसायसंस्थांची एकूण देयता व एकूण मत्ता एकत्रितपणे दर्शवणारा ताळेबंद.

consolidated supervision : एकत्रित देखभाल.

consolidation : एकत्रीकरण.

consortium : एकत्रित समूह. विशिष्ट हेतूने स्वयंस्फूर्तीने एकत्र आलेल्यांचा गट.

consortium lease : मत्तेचे मूल्य जेव्हा प्रचंड असते त्या वेळी जोखीम विभागण्यासाठी अनेकजण एकत्र येऊन ती मत्ता खरेदी करून सामायिकरीत्या भाड्याने देतात.

constitution : घटनापत्रक.

constitutional validity : घटनात्मक वैधता.

constructive proposal : विधायक प्रस्ताव, उपयुक्त सूचना.

consumer : ग्राहक सेवांचा उपभोग घेणारा.

consumer association : ग्राहक संघटना.

consumer courts : ग्राहक न्यायालये. यामध्ये ग्राहक आपल्यावरील अन्यायाविरुद्ध दाद मागू शकतात.

consumer credit : ग्राहकोपयोगी वस्तूंच्या खरेदीसाठी दिलेले कर्ज. (टी.व्ही., फ्रिज, वॉशिंगमशीन यासारख्या वस्तू).

consumers bank : ग्राहकोपयोगी बँक. प्रामुख्याने ग्राहकांना उपभोगासाठी व्यक्तिगत कर्जे देणारी बँक.

consumption loan : उपभोग खर्चासाठी दिलेले कर्ज.

contact : संबंध, संपर्क.

contents : १) आशय, गोषवारा. उदा. Contents of a bridged prospectus (संक्षिप्त माहितीपत्रक) Contents of Letter of offer (देयतापत्राचा आशय) याप्रमाणे. २) महत्त्वाच्या नोंदी, मजकूर.

contingent : आकस्मिकरीत्या उद्भवलेली.

contingent liabilities : आकस्मिक देयता. अनपेक्षित परिस्थिती उद्भवल्यामुळे संस्थेला भरावी लागलेली रक्कम.

contingent rental : भाड्याची निश्चितस्वरूपी नसलेली रक्कम ती जोखीम, कालावधी, पत वगैरे घटक विचारात घेऊन निश्चित केली जाते.

continuation : पुढे चालू ठेवणे, बंद न करणे.

continuing guarantee : सततची/कायमची हमी.

contract : करार. एका पक्षाचा अन्य पक्षांसमवेत विशिष्ट व्यवहारांच्या संदर्भात होणारा करार.

contract act : करारांविषयीचा कायदा. यात व्याख्या, कायदेशीर बाबी, करार करणारे, त्यांच्या जबाबदाऱ्या, नुकसानभरपाई इ. विषयी तरतुदी केलेल्या आहेत.

collateral contract : तारणविषयक करार. वित्तसंस्था, मत्ता भाड्याने देणारा आणि मत्ता भाड्याने घेणारा असे तीन पक्ष जेव्हा या भाडेव्यवहारात असतात त्यावेळी वित्तसंस्था व मत्ता भाड्याने देणारा आणि मत्ता भाड्याने देणारा व मत्ता भाड्याने घेणारा यांच्यात स्वतंत्र तारणविषयक करार केले जातात.

collateral securities : कर्जाच्या संदर्भातील तारणांचे विविध प्रकार.

collateral security : अतिरिक्त तारण (जोखीम अधिक असल्यास).

collecting bank : वसुली करणारी बँक. खातेदाराने खात्यावर भरलेले चेक्स, ड्राफ्ट्स किंवा वटवलेल्या हुंड्या, विनिमय बिले इ. ची रक्कम वसूल करण्याची बँकेची जबाबदारी. आपल्या खातेदाराने बँकेत भरलेले चेक्स, विनिमय बिले, हुंड्या इ. दस्तऐवज बँक स्वीकारून तिचे पैसे संबंधितांकडून वसूल करून खातेदाराच्या खात्यावर जमा करते.

collection : जमा करणे, वसूल करणे.

collection factoring : कर्ज वसुलीची सेवा.

collusion : एकत्रित कट. अनेकांनी एकत्र येऊन योजनाबद्धरीत्या केलेला गैरव्यवहार.

co-manager : सहव्यवस्थापक.

combination : एकत्रीकरण.

comfort letter : सोय करून देणारे पत्र. कर्जव्यवहारात कोणत्याही अडचणी येऊ नयेत यासाठी एखादा त्रयस्थ – ज्याचा बाजारात नावलौकिक आहे असा. पत्राद्वारे ऋणकोविषयी निर्वाळा देतो, शिफारस करतो. अनेक पाश्चात्त्य देशातील नाणेबाजारात अशी पत्रेही घेतली जातात. पत्र देणाऱ्यावर कर्जाची कोणतीही कायदेशीर जबाबदारी नसते.

commercial bank : व्यापारी बँक, वाणिज्य अधिकोष. ठेवीदारांकडून मागताक्षणीच परत करण्याच्या किंवा विशिष्ट मुदतीनंतर परत करण्याच्या किंवा ठेवीदाराच्या आदेशानुसार संबंधित व्यक्तीस पैसे देण्याच्या अटीवर ठेवी घेऊन त्याचा विनियोग अल्पमुदतीकर्ज, हुंड्यांची वटवणूक किंवा अशा प्रकारच्या व्यापारी प्रपत्रांच्या विनिमय व्यवहारांसाठी करणारी संस्था.

commercial bills : व्यापारी प्रपत्रे. उधारीच्या किंवा कर्जाच्या व्यवहारातून निर्माण होणारे वचनचिठ्ठी, हुंडी इ. विविध प्रकारचे विनिमयक्षम किंवा चलनक्षम दस्तऐवज. Commercial Papers, Commercial Documents.

commercial loan : व्यावसायिक कर्ज. बँकेला गरजेनुसार रोखता उपलब्ध होऊ शकेल अशा प्रकारे अल्पमुदतीपर्यंतचे विविध व्यावसायिक ऋणकोंना दिलेले कर्ज.

commercial paper : व्यापारी प्रपत्र. व्यवसाय संस्थेने कोणतेही तारण न ठेवता निर्माण केलेली विशिष्ट मूल्याची वचनचिठ्ठी. तिची भांडवल बाजारात खरेदी-विक्री करून अर्थसाहाय्य उपलब्ध केले जाते.

composite paper : व्यापारी प्रपत्र. बँक, वित्तसंस्था, कंपन्या इत्यादींनी भांडवल बाजारात विक्रीसाठी आणलेले प्रपत्र. याच्या विक्रीद्वारे संबंधित संस्था अल्पकालीन कर्ज घेऊन आपली खेळत्या भांडवलाची गरज भागवते. सामान्यत: प्रपत्राची किंमत रु. ५ लाख असून १५ दिवस ते ३६५ दिवस या दरम्यान त्याची मुदत असते.

commercial risks : व्यापारातील धोके. नैसर्गिक कारणे, भविष्यातील अनिश्चितता, जोखीम यामुळे देणी भागवण्याबाबत निर्माण होणारी असमर्थता.

commission : दलाली. व्यवहारातील मध्यस्थास मिळणारा मोबदला.

commission broker : दलाली घेऊन इतरांसाठी खरेदी-विक्रीचे व्यवहार करणारा मध्यस्थ.

commitment : जबाबदारी.

committee : समिती. विशिष्ट हेतूने किंवा कार्ये करण्यासाठी स्थापन करण्यात आलेला संबंधितांचा, तज्ज्ञांचा समूह.

communication : संपर्क, दळणवळण, संदेशवहन.

communication network : इंटरनेटच्या माध्यमातून निर्माण केलेली संपर्कयंत्रणा. बँका Banknet या प्रणालीचा अवलंब करतात.

company : व्यवसाय संस्था. आस्थापना कंपनी कायद्यानुसार नोंदलेली संस्था.

compartmentalisation : संगणकीय वापरात केली जाणारी खात्यांची काटेकोर विभागणी.

compenisation : नुकसानभरपाई.

competitive bid : स्पर्धात्मक बोली.

compilation : पूर्तता.

complaint : तक्रार, गाऱ्हाणे.

composite broker : विमा प्रतिनिधी. हा विमा कंपनीच्या पॉलिसीज् कमिशन घेऊन ग्राहकांना विकतो.

composite issue : एकत्रित विक्री. उदा. कंपनीने एकाच वेळी आपले समभाग व रोखे बाजारात विक्रीसाठी आणणे.

composition : रचना.

contract note : कराराचा मसुदा नोंद. करारनामा.

contractual relationship : करारानुसार प्रस्थापित होणारे संबंध.

contribution : आपल्या हिश्श्याचे पैसे/वर्गणी देणे.

controlling office : नियामक/नियंत्रण ठेवणारे कार्यालय.

conversion : रूपांतरण. वित्तीय मत्तेच्या एका प्रकाराचे दुसऱ्या प्रकारच्या मत्तेत परिवर्तन करणे. उदा. अल्पकालीन कर्जाचे दीर्घकालीन कर्जात किंवा कर्जाचे समभाग भांडवलात रूपांतर करणे. आर्थिक अडचणीत असलेल्या संस्थेला मदत करण्याचा मार्ग.

convertible debentures : परिवर्तनीय कर्जरोखे. कंपनी भांडवल बाजारात या रोख्यांची विक्री करून भांडवल उभारते. विशिष्ट मुदतीनंतर रोख्यांच्या दर्शनी मूल्याच्या काही भागाचे किंवा संपूर्ण मूल्याचे कंपनीच्या समभागात रूपांतर केले जाते. पूर्ण परिवर्तन होणाऱ्या रोख्यांवर त्यानंतर व्याज देण्याची गरज नसते. अंशत: परिवर्तनीय रोख्यांच्या उर्वरित भागावर मुदत संपेपर्यंत कंपनी व्याज देते.

convertible debt : रूपांतरण होऊ शकणारे कर्ज.

co-operative bank : सहकार कायद्यान्वये स्थापन झालेली बँक.

co-operative banking system : सहकारी बँकिंग, अधिकोषण प्रणाली. राज्य/शिखर सहकारी बँक, जिल्हा मध्यवर्ती सहकारी बँका व प्राथमिक सहकारी बँका अशी त्रिस्तरीय संघीय रचना असलेली प्रणाली.

co-operative banks : सहकारी बँका. समान उद्दिष्टांच्या पूर्ततेसाठी स्वयंस्फूर्तीने नफ्याचा हेतू गौण मानून सहकारी संस्थांविषयक कायद्यानुसार स्थापन झालेल्या व मध्यवर्ती बँकेकडून परवाना घेऊन बँकव्यवसाय करणाऱ्या संस्था.

co-operatives / co-operative societies : सहकारी संस्था. समान उद्दिष्टांच्या पूर्ततेसाठी स्वयंस्फूर्तीने नफ्याचा हेतू गौण मानून सहकारी संस्थाविषयक कायद्यानुसार स्थापन झालेल्या संस्था, संघटना.

co-ordination committee : समन्वय समिती. एकाच प्रकारचे कार्य करणाऱ्या विविध संस्थांच्या व्यवहारात सुसूत्रता आणण्यासाठी, समन्वय साधण्यासाठी स्थापन झालेली समिती.

copy : स्थळप्रतीबरोबरची दुसरी प्रत.

core banking : बँकेच्या सर्वच शाखा एकमेकांशी जोडण्याची बँकेची प्रणाली.

त्यायोगे खातेदार ग्राहक बँकेच्या कोणत्याही शाखेमधून आपल्या खात्याचे व्यवहार करू शकतो.

core capital : गाभा भांडवल. समभागांच्या विक्रीतून उभारलेले भांडवल. कंपनीला हे भांडवल कायमस्वरूपी मिळते.

corporate debt restructuring : कंपनीने घेतलेल्या कर्जाची पुनर्रचना. कंपनी आर्थिक अडचणीत असल्यास धनको वित्तसंस्था व कंपनी या सर्वांचे हित विचारात घेऊन कर्जाची मुदत, अटी इ. बाबत बदल केले जातात.

corporate governance : कंपनीचे प्रशासन/व्यवहारपद्धती.

corporate governance rating : कंपनी प्रशासनाचे मूल्यांकन. समभाग धारकांचे वर्गीकरण, संचालकांची कार्यपद्धती, समभाग धारकांशी असलेले संबंध, पारदर्शक व्यवहार, वित्तीय शिस्त इ. घटकांनुसार उत्कृष्ट प्रशासनासाठी CGR-1 तर सर्वात खराब प्रशासनासाठी CGR-6 याप्रमाणे मूल्यांकन केले जाते.

corporate records : कंपनीच्या कार्यांच्या संदर्भात निर्माण होणाऱ्या लेखी नोंदी, वृत्तांत, अहवाल इ. दस्तऐवज.

corporation : कंपनी कायद्यानुसार नोंद झालेले महामंडळ, संस्था किंवा विधिमंडळाने विधेयक मंजूर करून स्थापन केलेली स्वायत्त संस्था, महामंडळ.

correlation : दोन घटकांतील साहचर्य संबंध.

correspondent banking : बँकिंग सेवांची विक्री करणारा बँकव्यवसाय. ही बँक अन्य बँका व वित्तसंस्थांना बँकिंगच्या सेवा पुरवते.

cost : १) आदान, परिव्यय खर्च, किंमत. २) व्यवसायात करावा लागणारा विविध प्रकारचा खर्च.

cost control : परिव्यय नियंत्रण. खर्च आटोक्यात ठेवणे.

cost of capital : भांडवल उभारणीचा खर्च. विविध मार्गांनी भांडवल उभारणाऱ्या संस्थेला त्या त्या प्रत्येक मार्गासाठी विविध प्रकारचे खर्च करावे लागतात.

cost of carry : मत्तेची भविष्यातील किंमत व आजची किंमत यांची तुलना. साठवण खर्च, व्याज व अन्य खर्च व मत्तेपासून होणारी संभाव्य प्राप्ती यांचा हिशेब करून विक्रेता मत्ता तत्काळ विकायची की भावीकाळात विकायची याविषयी निर्णय घेतो.

cost of hire purchase : भाडेखरेदी व्यवहारासाठी येणारा संपूर्ण खर्च.

cost of public issue : समभागांच्या सार्वजनिक विक्रीचा खर्च. यात माहितीपत्रक व अर्जाची छपाई व वितरण, जाहिरात खर्च, दलाल, अभिगोपक, व्यवस्थापक,

रजिस्ट्रार इ. चे कमिशन व फी, अर्ज स्वीकृतीसाठी बँकांना दिला जाणारा मोबदला, समभाग छपाई, अतिरिक्त पैसे परत करण्याची व्यवस्था अशा विविध प्रकारचा खर्च संस्थेला करावा लागतो.

cost, insurance and freight - CIF : विक्रेता मूळ किंमत, विम्याचा खर्च आणि वाहतूक खर्च विचारात घेऊन आपल्या उत्पादनाची विक्रीची एकूण किंमत निर्धारित करतो.

co-surety : सहजामीन – ऋणकोने घेतलेल्या कर्जाची लेखी हमी घेणारा.

coupan : कूपन, व्याजचिठ्ठी. यानुसार रोख्यावरील व्याज कोणत्याही रोखेधारकास मिळू शकते.

court liquidator : न्यायालयाने नियुक्त केलेला विसर्जनाची जबाबदारी घेणारा.

creation of lien : हक्कनिर्मिती.

credit : पत. बाजारातील/व्यवसायातील नावलौकिक.

credit advisory services : पतव्यवहारविषयक मार्गदर्शन करण्याची सेवा. ही घटकराज्य सरकारांना खासगी कंपन्यांबरोबर करण्याच्या व्यवहारांसंदर्भात दिली जाते.

credit agency : पतनिर्धारक संस्था.

credit analysis : पतविश्लेषण.

credit assessment : पत मूल्यांकन.

credit bureau : पत माहिती संस्था. ही संस्था कोणत्याही कंपनीच्या पतविषयक परिस्थितीची माहिती धनकोंना उपलब्ध करून देते.

credit card : क्रेडिट कार्ड. खातेदाराला पैसे काढता यावेत किंवा खरेदी व्यवहार करता यावेत यासाठी बँकेने दिलेले कार्ड. याला प्लॅस्टिक चलन असे म्हटले जाते.

credit co-operative : सहकारी पतपुरवठा संस्था. ही आपल्या सभासदांना कर्जपुरवठा करते.

credit culture : पतसंस्कृती. रोखीऐवजी उधारीच्या व्यवहारांना प्राधान्य देऊन त्यातून चलनक्षम दस्तऐवजांच्या निर्मितीला व उलाढालीला प्राधान्य देणारी व्यवस्था.

credit discipline : उधारीच्या/कर्जव्यवहाराबाबत अवलंबण्याची शिस्त.

credit enhancement : ऋणकोची बाजारातील पत वाढवण्यासाठी त्याला कर्जमर्यादा वाढवून देणारी किंवा त्याच्या वाढीव कर्जास हमी देणारी पद्धती.

credit file : पतविषयक माहितीची फाइल. यात ऋणको खातेदाराचे आर्थिक व्यवहार, बाजारातील पत याबाबतचे सर्व दस्तऐवज एकत्र ठेवले जातात.

credit information : पतविषयक माहिती पुरवणे.

credit limit : कर्जविषयक मर्यादा. ऋणकोस द्यावयाच्या कर्जाचे कमाल प्रमाण.

credit plan : पतविषयक योजना. जिल्ह्याची अग्रणी बँक स्थानिक कर्जविषयक गरजा विचारात घेऊन विशिष्ट कालावधीसाठी पतपुरवठ्याबाबत योजना आखून इतर बँका व आपल्या बँकेच्या शाखांमार्फत त्याची अंमलबजावणी करते.

credit rating : पत मूल्यांकन. कंपनीची बाजारातील पत, तिने भांडवल बाजारात विक्रीसाठी आणलेली प्रपत्रे, कर्ज उभारण्याची क्षमता इत्यादींचे मूल्यांकन भारतीय पतमूल्यांकन माहिती सेवा कंपनी मर्यादित. Credit Rating Information Services of India Ltd. CRISIL पतविश्लेषण व संशोधन संस्था मर्यादित Credit Analysis and Research Ltd. CARE यांच्यामार्फत केले जाते.

credit rating agencies : पतविषयक दर्जा निश्चित करणाऱ्या संस्था CRISIL Ltd., ICRA Ltd., CARE Ltd., FITCH Ltd. अशा एकूण ४ संस्था या क्षेत्रात आहेत.

credit rating of debt instruments : कर्ज रोखे, बाँड्स, डिबेंचर्स, सर्टिफिकिट इ. कर्ज उभारण्याच्या साधनांची सुरक्षितता, विक्रेयता, लाभप्रदता इ. घटकांचा विचार करून केलेली दर्जा निश्चिती.

credit rating services : पत मूल्यांकन विषयक सेवा.

credit risk : पतविषयक जोखीम. ऋणकोची परतफेडीची असमर्थता, तारणाच्या मूल्यातील घट, जामीनदाराची अपात्रता इ. घटकांवर ही जोखीम अवलंबून असते.

credit risk management : पतविषयक धोक्यांचे व्यवस्थापन. धोक्यांचे मूल्यांकन, कंपनीचे संघटन, तारणाचे स्वरूप, राखीव निधी, उलाढाल इ. घटकांचा विचार करून धोक्यांचे प्रमाण व तीव्रता कमी राहील असे व्यवस्थापन.

credit services : कर्जविषयक सेवा. ऋणको कर्ज घेत असताना धनको संस्थेने त्यासंदर्भात ऋणकोला दिलेल्या विविध प्रकारच्या सेवा.

credit transaction : उधारीचा व्यवहार खरेदी/विक्री तत्काळ होते परंतु रक्कम काही काळानंतर दिली जाते.

creditor : १) पैसे येणे असलेला. विक्रीची रक्कम, उधारी, कर्जाची परतफेड इ. कारणांनी येणे रक्कम अस्तित्वात येते. २) धनको, कर्ज देणारा.

criminal liability : अनधिकृत, बेकायदेशीर व्यवहार, अफरातफर यामुळे निर्माण झालेली गुन्ह्याच्या स्वरूपाची जबाबदारी.

crisil debt indices : क्रिसिलने ठरवलेले कर्जनिर्देशक उत्कृष्टतेसाठी AAA तर परतफेडीची शक्यता अत्यंत कमी असल्यास D या दरम्यान हे निर्देशक आहेत.

crisil equity indices : क्रिसिल समभाग निर्देशक हे मूल्यांकन Standard and Poors या कंपनीकडे क्रिसिलने सोपवले आहे.

crisil index bulletin : हे दरमहा प्रसिद्ध होते. त्यात रोखेबाजारातील दैनंदिन उलाढालींचा आढावा, क्रिसिलचा ५०० महत्त्वाच्या कंपन्यांचा समभाग बाजारमूल्य निर्देशांक, उद्योगांचा निर्देशांक, २०० मध्यम महत्त्वाच्या कंपन्यांचा समभाग बाजारमूल्य निर्देशांक, १०७ व्यवसाय समूहांच्या २५० कंपन्यांचा समभाग बाजारमूल्य निर्देशांक इ. प्रसिद्ध केले जातात.

crisil ltd. - credit rating information services of india : स्थापना १९८८. प्रवर्तक ICICI Ltd., Unit Trust, विविध बँका, आयुर्विमा महामंडळ, HDFC, आंतरराष्ट्रीय संस्था इ. यात समभागधारक आहेत. देशी-विदेशी गुंतवणूकदारांना गुंतवणुकीबाबत मार्गदर्शन, कंपन्यांना भांडवल उभारण्याबाबत मार्गदर्शन, कंपन्या, वित्तसंस्था इ. च्या विविध साधनांचे मूल्यांकन, भांडवलबाजारविषयक संशोधन, अशी विविध कार्ये ही संस्था करते.

crisil market wire : स्थापना २००१. स्थिर उत्पन्न देणाऱ्या रोखे बाजार, धोक्यांविषयी माहिती, या क्षेत्रातील २० तज्ज्ञांची संघटना ही गुंतवणूकदारांना मार्गदर्शन करते.

crisil rating of indian states : राज्यातील गुंतवणूकविषयक वातावरण, औद्योगिक व आर्थिक प्रगती, राजकीय स्थैर्य इ. घटकांनुसार विविध घटक राज्यांचे, त्यांनी हाती घेतलेल्या प्रकल्पांचे, भांडवल उभारणीच्या मार्गांचे मूल्यांकन व पतविषयक दर्जानिश्चिती Crisil मार्फत केली जाते.

crisil rating symbols : क्रिसिल मूल्यांकन चिन्हे. खालीलप्रमाणे प्रकार - १) कर्जरोखे AAA. अत्यंत सुरक्षितपासून C, D अत्यंत धोका असलेले, परतफेडीची शक्यता नसलेले रोखे अशी चिन्हे असतात. २) मुदतठेवी FAAA पासून FX. ३) अल्पमुदती व्यापारी प्रपत्रे P-1 पासून P-5. ४) पतमूल्यांकन 1 पासून 14 क्षमतादर्शक बिंदू सर्वोत्कृष्ट क्षमतेपासून 1 बाजारात पत नसणारा 14 असे मूल्यांकन. ५) देयतेबाबत AAA(50) पासून D (50) सुरक्षिततेपासून धोक्यापर्यंत निर्देशक. ६) गुंतवणूक निधी AAAf पासून Cf पर्यंत. ७) बँकांची कर्जे - BLR-1 ते BLR-6. ८) सामूहिक गुंतवणूक - GRADE-1 ते GRADE-6 खात्रीपासून

धोक्यापर्यंत. ९) घटकराज्यांचे मूल्यांकन. १०) चिटफंड्स CHIT AAA ते CHIT D. ११) बांधकामव्यावसायिक व विकासक यांचे मूल्यांकन PA-1 पासून PA-5.

crop loan scheme : पीककर्ज योजना शेतकऱ्याला हंगामापुरते अल्पमुदती कर्ज देण्याची योजना.

cross border leasing : दुसऱ्या देशातील ग्राहकास मत्ता भाड्याने देण्याबाबत झालेला व्यवहार.

crossed cheque : रेखांकित चेक, धनादेश. यावर डाव्या बाजूस वरच्या कोपऱ्यात दोन समांतर तिरप्या रेषा किंवा चेकच्या मध्यावर उभ्या समांतर रेषा काढल्या जातात. याचे पैसे चेकधारक खातेदाराच्या खात्यावर जमा केले जातात.

CRR - cash reserve ratio : रोखता – राखीव निधी यांचे गुणोत्तर. व्यापारी बँकेस मध्यवर्ती बँकेत आपल्या एकूण मागणी ठेवी आणि मुदती ठेवींच्या विशिष्ट प्रमाणात रोख रक्कम ठेवावी लागते. पतनियंत्रणाचे साधन म्हणून त्याचा उपयोग होतो. तसेच व्यापारी बँकेची रोखतेची गरज त्यातून भागवली जाते.

cumulative account : आवर्ती खाते. या खात्यावर खातेदार बँकेत नियमितपणाने सतत दर आठवड्यास/दरमहा रक्कम काही काळापर्यंत भरतो. मुदतीनंतर बँक ही रक्कम खातेदारास सव्याज परत करते.

cumulative deposit : आवर्ती ठेव.

currency : चलन. मध्यवर्ती बँकेने विनिमय व्यवहारांसाठी निर्माण केलेले धातूचे किंवा कागदी चलन.

currency chest : रोख रकमेची तिजोरी. ही बँकांना रोख रक्कम उपलब्ध करून देणाऱ्या मध्यवर्ती बँकेमध्ये किंवा तिचा प्रतिनिधी म्हणून काम करणाऱ्या बँकेत असते. व्यापारी बँका गरजेनुसार ती रक्कम वापरतात.

currency swap : चलनबदल विषयक करार. एका देशाच्या चलनामध्ये देणे असलेली रक्कम दुसऱ्या देशाच्या चलनास देण्याबाबत ग्राहक व विक्रेत्या पक्षात झालेला करार.

current account : चालू/प्रवाही खाते. खातेदार या खात्यावर दिवसातून कितीही वेळा पैसे भरण्याचे व काढण्याचे व्यवहार करू शकतो. व्यावसायिकांसाठी उपयुक्त खाते.

current yield : बाँडवर मिळणारा व्याजाचा दर आणि बाँडची बाजारातील किंमत यांचे शेकडा प्रमाण.

custodial services : मत्ता सुरक्षितपणे सांभाळण्याच्या संदर्भातील सेवा डिपॉझिटरी संस्था ग्राहकांचे समभाग, रोखे इ. सांभाळणे, त्यांचे हिशेब वेळोवेळी ग्राहकांस देणे, त्या संदर्भात मिळणारा लाभांश, हक्क, बक्षिस समभाग इ. खात्यावर जमा करणे वगैरे सेवा ग्राहकांस देते.

customer : बँकेचा ग्राहक/खातेदार. बँकिंग विषयक सेवा-सुविधांचा उपभोक्ता, ठेवीदार व ऋणको हे दोघेही बँकेचे खातेदार असतात.

customer's profitability analysis : बँकेच्या खातेदाराच्या खात्यासाठी बँकेला येणारा सरासरी खर्च आणि त्या खात्यापासून होणारी प्राप्ती यांच्या तुलनेतून केले जाणारे नफाविषयक विश्लेषण.

customery bills : पारंपरिक वचनचिठ्ठ्या, हुंड्या, इ.

उदा. स्थिर, बदलता, उत्पादन, जाहिरात, वाहतूक इ.

cyber laws : संगणकामार्फत केले जाणारे आर्थिक/फसवणुकीचे गुन्हे रोखण्यासाठी सरकारने केलेले कायदे.

D

D/A bill : हुंडी स्वीकृतीच्या वेळी ही कागदपत्रे ऋणकोला दिली जातात व D/A हुंडीचे रूपांतर सामान्य हुंडीत होते.

D/P bill : हुंडीच्या रकमेच्या परतफेडीच्या वेळी कागदपत्रे ऋणकोला दिली जातात.

deal : व्यवहार.

dealer lease : व्यवसाय वाढीसाठी विक्रेता हा मत्तेच्या विक्रीप्रमाणेच ती भाड्यानेही देतो.

dealer leasing : विक्रेत्यामार्फत होणारा लीजिंग व्यवहार.

debenture redemption reserve : कर्जरोखे परतफेड निधी. याचा विनियोग मुदत पूर्ण झालेल्या रोख्यांच्या परतफेडीसाठी केला जातो.

debenture trustee : रोखे व्यवहारासाठी/विक्रीसाठी नियुक्त केलेले विश्वस्त.

debenture holder : रोखेधारक. रोख्यांत गुंतवणूक करणारा.

debentures : कर्जरोखे. संयुक्त भांडवली कंपनीचे भांडवलबाजारातून दीर्घमुदतीसाठी (५ वर्षांहून अधिक) भांडवल उभारणी करण्याचे साधन.

debit : नावे रक्कम. खात्यामधून इतरांना दिलेली रक्कम डेबिट खात्यावर नोंदवली जाते.

debt : कर्ज, ऋण. कर्ज घेणाऱ्या ऋणकोवर ते फेडण्याची कायदेशीर जबाबदारी असते.

debt cancellation / waiver : कर्जमाफी. कर्ज रद्द करणे.

debt equity ratio : कर्ज-समभाग गुणोत्तर. दीर्घमुदती कर्ज/एकूण समभाग भांडवल.

debt equity swap : कर्जाचे रूपांतर समभागात करण्याचा कंपनीने गुंतवणूकदारांना दिलेला प्रस्ताव.

debt recovery : कर्जवसुलीची तरतूद/व्यवस्था.

debt securities convertible into equity : ज्या सुरक्षित, तारणयुक्त कर्जाचे समभागांत रूपांतरण होते असे कर्ज.

debt utilisation ratio : कर्ज-मत्ता गुणोत्तर. एकूण कर्ज/एकूण मत्ता.

debtor : ऋणको, कर्ज घेणारा.

declaration : निवेदन, प्रगट करणे.

decline : घट.

decree : जप्तीचा हुकूम. थकबाकीदार ऋणको, त्याचा जामीनदार यांची तारण मत्ता जप्त करून कर्जवसूल करण्याचा धनकोला न्यायालयाने दिलेला अधिकार.

deductibility of incidental expenses : रकमेची परतफेड करताना आनुषंगिक खर्चाची होणारी वजावट.

deduction : वजावट.

deed : दोन पार्ट्यांमध्ये झालेल्या कायदेशीर कराराची लेखी नोंद.

deep discount bonds : प्रदीर्घकालीन कर्जरोखे. त्यांची आजची किंमत नाममात्र असते. मात्र, २० ते २५ वर्षांनंतर त्याचा प्रचंड मोबदला मिळतो. उदा. ३६०० रुपयांचे २५ वर्षांनंतर १ लाख रुपये याप्रमाणे.

default : विलंब, कुचराई. करारातील तरतुदींचे पालन करण्याबाबत केलेली टाळाटाळ. कर्जाच्या परतफेडीबाबत टाळाटाळ.

defensive strategies : संरक्षणात्मक व्यूहरचना. संस्था आपल्या सुरक्षिततेसाठी अवलंबत असलेले धोरण.

deferred payment plan : कर्जाच्या भविष्यकालीन परतफेडीची योजना.

deficiency : कमतरता, उणीव.

definition : व्याख्या, संज्ञेचा बिनचूक अर्थ.

delay : विलंब. पूर्तता वेळच्या वेळी न करणे.

delegation : आपला अधिकार इतरांना आपल्या सोयीसाठी देणे.

delisting : रोख्यांची रोखेबाजारातील नोंदणी रद्द करणे.

delivery : वाटप, वितरण.

demand bill : मागणी हुंडी/बिल. मागताक्षणीच ऋणकोवर पैसे देण्याची जबाबदारी असणारी हुंडी.

demand deposit : मागणी ठेव. मागताक्षणीच परत करण्याच्या अटीवर बँकेने स्वीकारलेली चालू व बचत खात्यांवरील ठेव.

demand draft : डिमांड ड्राफ्ट. बँकेच्या एका शाखेने दुसऱ्या शाखेवर काढलेला धनादेश/चेक.

demand loans : मागणी कर्जे. मागताक्षणीच परतफेड करावी लागणारी कर्जे.

dematerialisation : अमूर्तीकरण. विनाप्रमाणपत्र समभागांची खरेदी–विक्री केवळ समभाग सुरक्षागृहाने पुरवलेल्या समभाग नोंद पुस्तकात समभाग नोंद करून केली जाते.

dematerialised settlement : अमूर्त समभागांची व्यवहारपूर्तता.

demonstration : प्रदर्शन.सेवकांचे निदर्शन (संघर्षाच्या परिस्थितीत).

deposit : बँकेने स्वीकारलेली ग्राहकाची ठेव. उदा.मागणी ठेव, मुदत ठेव, अनामत ठेव, सुरक्षा ठेव, इ.

deposit banking : ठेवीदारांच्या हिताचा विचार करून केवळ अल्पमुदती कर्जे किंवा हुंड्या यामध्ये गुंतवणूक करण्याचा बँकव्यवसाय. व्यापारी बँकिंग.

deposit insurance : ठेव विमा. बँक बुडाली तरीही विशिष्ट मर्यादेपर्यंत ठेवीदारांचे पैसे परत करता यावेत यासाठी व्यापारी बँकेने उतरवलेला विमा.

deposit insurance and credit guarantee corporation of India Ltd : भारतीय ठेव विमा व पतहमी महामंडळ.

deposit rates : बँकेच्या वेगवेगळ्या खात्यांवरील ठेवींवर तसेच वेगवेगळ्या मुदतीसाठी ठेवीदारांनी ठेवलेल्या ठेवींवर बँक देत असलेल्या व्याजाचे दर.

depository : समभाग सुरक्षा गृह. समभागांचे अमूर्तीकरण (Dematerialisation) झाल्यानंतर त्यांची प्रमाणपत्रे सुरक्षागृह सांभाळते.

deregulation : विनियंत्रण/विनियमन निर्बंध उठवणे.

derivative exchange : समभागांचे भविष्यकालीन सौदे करणारा बाजार/वायदेबाजार.

derivative trading : भविष्यकालीन व्यवहारांचे आज सौदे करणे. वायदेव्यवहाराचे करार, भविष्यातील उलाढालीचे आज होणारे करार आणि खरेदी, विक्री व स्थगिती अशा पर्यायांचा परिस्थितीनुसार वापर असे याचे प्रकार आहेत.

derivative trading : समभागांच्या खरेदी/विक्रीचे भविष्यकालीन सौदे/व्यापार.

despatch : पाठवणे, रवाना करणे.

detection : उघड होणे, ध्यानात येणे.

development bank : विकास बँक. विविध व्यवसायांच्या विकासासाठी व्यावसायिकांना (शेती, उद्योग इ.) कायमस्वरूपी भांडवल पुरवणारी (समभागातील गुंतवणूक) किंवा दीर्घ मुदती कर्ज देणारी बँक.

development banking : विकासप्रकल्पांना वित्तपुरवठा करणारा बँक व्यवसाय.

development finance : विकासासाठी वित्तपुरवठा.

deviation : विचलन. नियमांचे उल्लंघन.

differential pricing : मूल्य भेद. वेगवेगळ्या ग्राहकांना एकाच उत्पादनाची/ सेवेची वेगवेगळी किंमत आकारणे.

differentiation : भेदभाव करणे. वेगवेगळ्या ग्राहकांना वेगवेगळी वर्तणूक देणे, वेगवेगळे व्याजदर आकारणे इ.

direct loan / advance : बँकेने ऋणकोस दिलेले कर्ज.

direction : सूचना, आदेश. उदा. मध्यवर्ती बँकेने बँकांना दिलेले आदेश. Directives.

director of the bank : संचालक. रिझर्व्ह बँक, सरकार इ. नी नियुक्त केलेली किंवा बँकेच्या समभागधारकांनी बँकेच्या व्यवसायाच्या संदर्भात उचित निर्णय घेण्यासाठी निवडून दिलेली व्यक्ती अशा संचालक मंडळामार्फत बँक आपला व्यवसाय चालवते.

directorate : संचालनालय. अंमलबजावणी करणारे खाते.

disbursement : वितरण, विनियोग, रक्कम प्रत्यक्षात देणे.

discharge : परतफेड.

disclaim : नाकारणे.

disclosure : गुप्त गोष्ट प्रगट करणे.

discount : १) सूट, सवलत. बँकेने विनिमय बिल मुदतीपूर्वी वटवताना आकारलेले कमिशन. बँकेची कसर. २) सूट, सवलत. मूळ किमतीपेक्षा कमी आकारलेली किंमत, विनिमय बिले, हुंड्या इ. ची वटवणूक करताना आकारलेले कमिशन/ कसर.

discount and finance house of India : (भारतीय वटवणूक आणि वित्तपुरवठा गृह.

discounted value : भविष्यातील प्राप्तीचे आजचे मूल्य हे भविष्यकालीन प्राप्तीमधून बाजारातील व्याजदरानुसार कसर कापून निर्धारित केले जाते.

discounting financial institutions - DFI : हुंड्या वटवणाऱ्या वित्तसंस्था, बट्टागृहे.

dishonour : अनादर. चेक, हुंडी इ. न स्वीकारता परत पाठवणे.

disinvestment : निर्गुंतवणूक. सरकारने आपल्या मालकीचे समभाग इतरांना विकणे. सार्वजनिक उद्योगांच्या खासगीकरणाचा एक मार्ग.

disk duplexing : विविध प्रणालीतील संगणकांच्या Harddisk वर माहितीचे/ आकडेवारीचे लेखन.

disk mirroring : एकाच प्रणालीतील दोन किंवा अधिक संगणकीय Harddisks वर माहितीचे/आकडेवारीचे लेखन.

disposal : विल्हेवाट लावणे, संपवणे.

dispute : तंटा, कायदेशीर अधिकाराबाबत उद्भवलेला संघर्ष.

distinction : फरक. (तुलनात्मक).

distribution : वाटप, वितरण.

distribution of banking services : बँकेमार्फत दिल्या जाणाऱ्या सेवांची वितरण प्रणाली. ATM, Phone Banking, Net Banking, Core Banking, इ.

district development plan : जिल्ह्याच्या विकासाची योजना. जिल्हा नियोजनामध्ये अग्रणी बँक, शासनयंत्रणा, जिल्हा परिषद, तालुका पंचायत समिती इ. एकत्रितपणाने जिल्ह्याच्या विकासाची योजना बनवून तिची त्या कालावधीत अंमलबजावणी करतात.

dividend / interest warrants : लाभांश चिठ्ठ्या, व्याज चिठ्ठ्या. संयुक्त भांडवली कंपनीने समभागधारक व रोखेधारक यांना त्यांच्या गुंतवणुकीचा मोबदला म्हणून दिलेले चेक्स.

dock warrant : जहाज पावती. जहाज वाहतूक कंपनीच्या गोदामातील आयातदाराच्या मालकीच्या असलेल्या मालाची पावती. कर्ज घेताना तारण म्हणून जहाज पावतीचा उपयोग केला जातो.

document : पूरक दस्तऐवज.

documentary bill : कागदपत्रांसहित असलेली हुंडी. विक्री व्यवहार झाल्याचे दर्शवणारी बिले, करार इ. हुंडीसोबत जोडावे लागते.

domestic factoring : एकाच देशातील अंतर्गत कर्जवसुलीची प्रक्रिया.

double dipping : १) दोन देशांमध्ये झालेल्या लीजिंग व्यवहारामुळे भांडवल भाड्याने देणाऱ्यास दोन्ही देशातील करविषयक सवलतींचा लाभ मिळणे. २) जेव्हा भांडवल लीजने देणारा हा विदेशातील ग्राहकास भांडवल पुरवतो, त्यावेळी

ग्राहक आणि विक्रेता अशा दोघांनाही भांडवल विषयक सर्व खर्चातून सूट मिळू शकते. त्यायोगे भाड्याची रक्कम कमी होते.

doubtful assets : संदेहात्मक मत्ता, संशयास्पद मत्ता.

downgrading : मूल्यांकन पातळी घटवणे.

drawback : उणीव, दोष.

drawee : चेक ज्याच्या नावे काढला जातो अशी व्यक्ती. चेक काढणारा बँकेचा खातेदार.

drawer : देणे रकमेसाठी चेक काढणारा बँकेचा खातेदार.

drawer-drawee relationship : बँकेच्या खातेदाराच्या आदेशानुसार नामनिर्देशित व्यक्तीला किंवा चेकधारकास पैसे देण्यापुरती असलेली बँकेची जबाबदारी.

dry lease : लीजिंग व्यवहारातील सर्व आनुषंगिक खर्च – विमाहप्ता, करारविषयक परीक्षण खर्च, दुरुस्ती खर्च इ. भांडवल भाड्याने घेणाऱ्यास करावे लागतात तेव्हा त्यास खर्चयुक्त लीजिंग असे म्हटले जाते.

dual currency debt : १) विदेशातील ग्राहकांना दिलेले असे कर्ज, की ज्यात विनिमयदरातील बदलांमुळे धनकोचे होणारे संभाव्य नुकसान टाळण्यासाठी संरक्षणात्मक तरतूद केली जाते. २) दुहेरी चलनाच्या स्वरूपातील कर्ज. यामध्ये व्याज एका देशाच्या चलनात तर मुद्दल दुसऱ्या देशाच्या चलनात देता येते.

dual rate of return : व्याजाबरोबरच धनकोला मिळालेला अतिरिक्त लाभ. गहाण मत्तेची किंमत वाढल्यामुळे धनकोला मुद्दल, व्याज याहूनही अधिक प्राप्ती होते.

due diligence : योग्य असे व्यवहार चातुर्य. व्यवहाराचा सर्वांगीण विचार.

dual control : दुहेरी नियंत्रण सहकारी बँकांवर मध्यवर्ती बँक आणि सरकार अशा दोघांचे असणारे नियंत्रण.

dues : येणे बाकी रक्कम.

duration theory : बँकेच्या ग्राहकाची सर जॉन पॅजेट यांनी केलेली व्याख्या. 'बँकेचा ग्राहक म्हणजे वारंवार बँकेत विविध व्यवहार करणारी, बँकिंगची सवय असणारी व्यक्ती. यास Duration Theory असे संबोधले जाते.

E

early stage financing : प्रकल्पारंभी केलेला वित्तपुरवठा, दिलेले कर्ज.

earnest money : खरेदी–विक्रीचा करार करण्याच्या वेळी ग्राहकाने विक्रेत्यास दिलेली रक्कम.

earning prospects and risk analysis : समभागांचे लाभप्रदता आणि जोखीम यासंदर्भातील विश्लेषण ER-1 (सर्वोत्कृष्ट) ते ER-6 (प्रचंड जोखीम) या दरम्यान याबाबतचे मूल्यांकन केले जाते. त्यातही A, B, C असा दर्जा दिला जातो. Industrial Credit Rating Analysis (JCRA Ltd.) या संस्थेमार्फत हे मूल्यांकन केले जाते.

e-banking : बँक व्यवसायाच्या सर्व सेवा इंटरनेट व संगणक यांमार्फत ग्राहकांना उपलब्ध करून देणे Online Banking.

economic appraisal : आर्थिक मूल्यमापन प्रकल्पाची मागणी, उत्पादन खर्च, किंमत, स्पर्धा अशा आर्थिक घटकांच्या संदर्भातील मूल्यमापन.

economic control : वित्तीय नियंत्रण. अर्थसंकल्प, वरिष्ठांची मंजुरी इ. द्वारे वित्तव्यवहार नियंत्रित करणे.

economic power : आर्थिक सत्ता/प्रभुत्व.

effect not cleared - ENC : पूर्ण न झालेला व्यवहार. उदा. चेक वसुलीसाठी स्वीकारलेला असला तरी अद्यापि खात्यावर रक्कम जमा झालेली नसणे.

effective rate : प्रत्यक्षातील मोबदल्याचे शेकडा प्रमाण.

effective regulatory / supervisory system : प्रभावी नियामक/पर्यवेक्षण पद्धती.

efficiency of operation : व्यवहारांच्या संदर्भातील कार्यक्षमता.

either or survival : खातेदारांपैकी कोणीही किंवा हयात असलेला संयुक्त खाते चालवण्याबाबत असलेली तरतूद.

electro-magnetic card : विद्युत चुंबकीय कार्ड.

electronic cash : असे कार्ड ज्याचा रोख देवाण-घेवाणीसाठी वापर करता येतो.

electronic cheque : असे कार्ड ज्यायोगे रकमांचे चेकप्रमाणे स्थलांतर तत्काळ करता येते.

electronic clearing : इलेक्ट्रॉनिक माध्यमांद्वारे होणारे समाशोधन / व्यवहाराची पूर्तता.

electronic clearing system : संगणकीय समाशोधन पद्धती.

electronic data processing : संगणकीय माहितीविषयक प्रक्रिया. संगणकाद्वारे माहितीचे संपादन, माहिती सुरक्षित ठेवणे, माहिती संग्रह, आवश्यकतेनुसार तिचे विश्लेषण इत्यादी प्रक्रिया.

electronic fund transfer system - EFT system : इलेक्ट्रॉनिक निधी स्थलांतर पद्धती. चेक, ड्राफ्ट इ. चा वापर न करता तत्काळ निधीचे स्थलांतर करण्यासाठी टेलरमशीन, फोन बँकिंग, संगणक यांसारख्या माध्यमांचा वापर करण्याची पद्धती.

electronic payment system : संगणकाच्या साहाय्याने पैशांची तत्काळ देवाण-घेवाण करणे.

electronic purse : असे कार्ड ज्यावर कार्ड बाळगणाऱ्या खातेदाराच्या विविध खात्यावरील अनेक व्यवहारांच्या रकमा जमा केल्या जातात.

electronic token : असे कार्ड ज्याचा टेलिफोनबूथ, पार्किंग मीटर इ. मध्ये वापर करता येतो.

eligibility norms : पात्रतेचे निकष.

eligible borrower : पात्र ऋणको. कर्ज घेताना आवश्यक त्या अटींची पूर्तता करणारा ऋणको.

embezzlement : अपहार, पैसा लुबाडणे.

employee : कर्मचारी. व्यक्तीने किंवा संस्थेने काम करण्यासाठी वेतनावर नियुक्त केलेली व्यक्ती.

employees stock option plan - ESOP : संस्थेतील कर्मचाऱ्यांना दिलेला संस्थेच्या समभाग खरेदीचा पर्याय.

employment : रोजगार.

employment of funds : भांडवलाचा विनियोग. वेगवेगळ्या प्रकारे केलेली भांडवलाची गुंतवणूक.

encashment : चेक, ड्राफ्ट इ. ची रोख रक्कम देणे.

endorsement : पृष्ठांकन. व्यवहारपूर्ततेसाठी चलनक्षम दस्तऐवजाचे धारकाने चलनक्षम दस्तऐवजाच्या मागील बाजूस किंवा त्याला जोडलेल्या कागदावर केलेली सही.

endorsement of order : हुकुमाची / आज्ञेची अंमलबजावणी करणे.

eneffectual transfer : तारण मत्तेचे हस्तांतरण. धनकोकडून कर्ज घेताना तारण मत्ता योग्य त्या गोष्टींची पूर्तता करून धनकोच्या ताब्यात देणे.

engross : मसुदा लिहिणे. कोणत्याही दस्तऐवजाचे स्वाक्षऱ्या होऊन अंमलात येण्यापूर्वीचे लेखन.

enhansement : मर्यादावाढ. वृद्धी.

ensuring : खातरजमा, खात्री करून घेणे.

entries in the passbook : पासबुकातील नोंदी. बँकेच्या ग्राहकाने बँकेमार्फत केलेल्या व्यवहारांच्या ग्राहकाच्या पासबुकात केलेल्या नोंदी.

equitable mortgage : मत्ता गहाण ठेवणे. कर्ज घेताना तारण मत्तेच्या संदर्भातील सर्व मूळ दस्तऐवज धनकोच्या ताब्यात देणे. मात्र यामध्ये मत्ता ही ऋणकोच्याच ताब्यात असते.

equity : समभाग. यांच्या विक्रीतून कंपनी आपले कायमस्वरूपी भांडवल उभारते.

equity capital : समभागांच्या विक्रीतून उभारलेले कायमस्वरूपी भांडवल.

equity rating/grading : प्राप्ती, मूल्यवाढ, जोखीम या घटकांच्या संदर्भात ICRA ने केलेले मूल्यांकन.

equity shares : समभाग.

escalation clause : लीजिंग व्यवहारात भाडे वाढवण्याची तरतूद असलेले कलम.

establishment : आस्थापना. संस्था स्थापन करून कामकाज सुरू करणे.

estimates : अंदाज. अपेक्षित बाबी.

estoppel : प्रतिबंध, मनाई, कार्यवाही थांबवणे, स्थगिती.

euro bonds : युरोपियन देशांच्या भांडवलबाजारात युरो या चलनात असलेले कर्जरोखे.

euro issues : भारतीय कंपन्यांनी युरोपातील विविध देशांत केलेली रोख्यांची विक्री.

evaluation : मूल्यांकन, मूल्यमापन.

evaluation framework factoring : कर्जवसूल करून देणाऱ्या संस्थेने कर्जवसुलीच्या विविध पर्यायांचे केलेले मूल्यांकन. त्यानुसार योग्य पर्याय निवडता येतो.

evasion : टाळणे. पूर्तता न करणे.

evidence : पुरावा.

examination : परीक्षण, चिकित्सा, विश्लेषण.

exception : अपवाद, नियम लागू न होण्याची स्थिती.

excess borrowing : मर्यादेबाहेर, प्रमाणाबाहेर घेतलेले कर्ज.

excess provision : अतिरिक्त तरतूद. आवश्यकतेपेक्षा अधिक प्रमाणात केलेली तरतूद.

exchange rate : विनिमय दर. कोणत्याही दोन चलनांच्या खरेदी विक्रीच्या व्यवहारातील परस्परांची अदलाबदल होण्याचे प्रमाण. उदा. १ डॉलर = ४९ रुपये. १ पौंड = ७५ रुपये याप्रमाणे.

exclusive possession : मत्तेचा संपूर्ण ताबा.

execution : अंमलबजावणी. कार्यवाही, पूर्तता.

exemption : सवलत, सूट.

exercise of voting right : मताधिकार अंमलात आणणे.

existing : अस्तित्वात असणाऱ्या.

exit : व्यवहारातून बाहेर पडणे, अंग काढून घेणे.

exit price : कंपनीची रोखेबाजारातील नोंदणी रद्द करण्यासाठी कंपनीने दिलेले शुल्क.

expansion : विस्तार.

expediate : कार्यवाही करणे, अंमलबजावणी करणे.

expenditure, expenses : खर्च.

expiry date : अंतिम तारीख. ती तारीख उलटल्यावर कायदेशीर अस्तित्व रहात नाही.

export activities : निर्यातपूरक व्यवहार.

export benefits : निर्यातीपासून होणारे लाभ.

export bills : निर्यात व्यापाराच्या संदर्भात निर्माण होणारी विनिमय बिले.

export credit insurance : उधारीवर केलेल्या निर्यातीचा विमा.

export credit refinance : निर्यात विनिमय बिले वटवणाऱ्या वित्तसंस्थांना पुनर्वटवणुकीद्वारे होणारा फेरवित्तपुरवठा.

export oriented units : आपले संपूर्ण उत्पादन निर्यात करणाऱ्या संस्था.

exports : निर्यात. वस्तू किंवा सेवा विक्रीसाठी परदेशी पाठवणे.

exposure : जाहीर केलेल्या बाबी.

exposure norms : रिझर्व्ह बँकेने बँकांतील कर्जव्यवहार व गुंतवणूक सुरक्षित असल्याची खात्री करून देण्यासाठी ती जाहीर करण्याबाबत ठरवलेले निकष.

extended term agreement : मुदतवाढीचा करार. व्यवहार पूर्ण करण्याच्या किंवा कर्जाच्या संदर्भात.

extension : विस्तार. कार्यक्षेत्रातील, व्याप्तीतील वाढ.

extensive power : व्यापक अधिकार.

extensive programme : सर्वंकष, विस्तृत कार्यक्रम.

external borrowing : इतर देशांतून घेतलेले कर्ज.

external commercial borrowing : विदेशी बँका/वित्तसंस्था यांच्याकडून उभारलेले कर्ज.

extract : आशय, सारांश. थोडक्यात मांडलेले महत्त्वाचे मुद्दे.

F

facilities : विनिमयाच्या संदर्भातील दिल्या जाणाऱ्या विविध प्रकारच्या सुविधा, सवलती इ.

fact sheet : वस्तुस्थितीदर्शक पत्रक.

factoring : थकबाकीची वसुली.

fair market value : बाजारातील उचित किंमत.

fair value : रास्त किंमत.

false : खोटे, चुकीचे, अनधिकृत, बेकायदेशीर.

fee : शुल्क. सेवेसाठी आकारलेली रक्कम.

fera company : फेरा कंपनी. विदेशी भागभांडवलाचे प्रमाण ४०% पेक्षा अधिक असल्याने पूर्वी अस्तित्वात असलेला विदेश विनिमय नियंत्रण कायदा लागू होणारी व्यवसायसंस्था.

fictitious person : काल्पनिक व्यक्ती.

finance : अर्थसाहाय्य, वित्तपुरवठा, कर्ज.

finance lease : भांडवल भाड्याने घेण्यासाठी दिलेले पैशातील कर्ज.

financial analysis : आर्थिक व्यवहारांचे विश्लेषण.

financial documents : वित्तीय प्रपत्रे/दस्तऐवज. आर्थिक व्यवहारातून निर्माण होणारे दस्तऐवज.

financial evaluation : वित्तीय मूल्यांकन. त्यानुसार गुंतवणुकीची योग्यायोग्यता ठरवली जाते.

financial feasibility : कर्जप्रस्तावाचे वित्तीय दृष्टीने केलेले मूल्यमापन.

financial followup : वित्तीय पाठपुरावा.

financial framework : वित्तपुरवठ्याबाबत आखून घेतलेली चौकट.

financial guarantee : वित्तीय हमी.

financial institution : वित्तसंस्था. व्यवसायासाठी अर्थसाहाय्य देणारी संस्था. उदा. बँका, सराफी पेढ्या, वित्त महामंडळ इ.

financial performance : आर्थिक उलाढाल.

financial record : पैशांच्या देवाण-घेवाणीच्या नोंदीचे पुस्तक/पत्रक.

financial restructuring : वित्तीय पुनर्रचना. तोटा नाहीसा करून व्यवसाय संस्था पुन्हा फायदेशीर होण्यासाठी केलेली भांडवलाची फेररचना.

financial risk : वित्तपुरवठ्यातील जोखीम.

financial statements : वित्तीय परिस्थिती दर्शवणारी कंपनीची पत्रके-ताळेबंद, उत्पन्न व खर्चपत्रक, अंदाजपत्रक इ.

financial supervision : पैशांच्या देवाण-घेवाणीवरील देखरेख.

financing technique : वित्तपुवठ्याचे तंत्र.

fire insurance : आगीबाबतचा विमा. आग लागल्याने होणाऱ्या नुकसानीची भरपाई विमाकंपनी करते.

firm : व्यवसायसंस्था/कंपनी व्यक्ती किंवा व्यक्तिसमूहाने एकत्र येऊन स्थापन केलेली कायदेशीर व्यक्ती म्हणून दर्जा असलेली अशी संस्था. कंपनीज् ॲक्ट अन्वये नोंदणी झालेली व्यवसाय करणारी संस्था.

firm allotment : सर्व अर्जदारांना केले जाणारे समभागांचे वाटप.

fiscal incentives : विशिष्ट हेतूने सरकारने दिलेली प्रोत्साहने, अनुदाने, आर्थिक सवलती इ.

fitch rating India ltd. - duff and phelps : ही आंतरराष्ट्रीय कंपनी व JM Financial Group या भारतीय कंपनीने सर्व देशांचे व कंपन्यांचे व त्यांच्या कर्जव्यवहारांचे मूल्यांकन करण्यासाठी संयुक्तरीत्या ही कंपनी स्थापन केली.

fitch symbols : दीर्घकालीन गुंतवणूक, मुदत ठेव याबाबत कंपन्यांच्या मूल्यांकनासाठी AAA (सर्वोत्कृष्ट) पासून D वाईट - पैसे बुडण्याची शक्यता तर अल्पकालीन गुंतवणुकीबाबत F-1 ते F-5 या दरम्यान पत मूल्यांकन केले जाते.

fixed and flat charges : निश्चित, कमी अधिक न होणारे शुल्क/आकार.

fixed assets/capital : स्थावर मत्ता. स्थिर भांडवल. उदा. जमीन, इमारत, यंत्रसामुग्री, फर्निचर, इंधन यंत्रणा यासारखी मत्ता किंवा भांडवल.

fixed deposit : मुदत ठेव. विशिष्ट कालावधीसाठीची ठेव.

fixed deposit receipt : मुदतठेवीची पावती. काही परिस्थितीत तारण म्हणून कर्ज घेताना तिचा उपयोग होतो.

flat rental : भाड्याची दरमहा आकारली जाणारी ठराविक रक्कम Level Rental.

flexibility in structuring rental : ऋणकोची सोय विचारात घेऊन भाडे आकारणीत आणलेली लवचिकता.

floating rate bonds : कमी–अधिक होणाऱ्या व्याजदराचे रोखे.

floating rental : परिस्थितीनुसार कमी–अधिक होणारे भाड्याच्या रकमेचे हप्ते.

floating securities : अस्थायी मत्ता / भांडवल. उदा. तयार उत्पादनाचा साठा, अर्ध पक्का माल. हा तात्पुरत्या काळापुरता असतो.

foreign bank : विदेशी बँक. प्रधान कार्यालय विदेशात असलेली व त्या देशातील नोंदणी असलेली बँक.

foreign bills : विदेशी चलनातील बिले.

foreign brokers : आंतरराष्ट्रीय भांडवलबाजारातील विदेशी मध्यस्थ किंवा दलाल.

foreign collaboration : विदेशी सहयोग. विदेशी संस्था किंवा सरकार यांनी स्थानिक संस्थेबरोबर एकत्र येऊन स्थापन केलेली संस्था.

foreign collaboration : विदेशी कंपन्यांबरोबर भारतीय कंपन्यांचा सहयोग. विदेशी प्रत्यक्ष गुंतवणुकीचा एक प्रकार.

foreign currency : विदेशी/परकीय चलन.

foreign currency convertible bonds - FCCB : विदेशी चलनातील परिवर्तनीय रोखे.

foreign direct investment : विदेशी कंपन्यांनी भारतात केलेली भांडवलाची गुंतवणूक, उभारलेल्या उत्पादनसंस्था.

foreign exchange reserve : सरकार किंवा मध्यवर्ती बँकेजवळील विदेशी चलनांचा साठा.

foreign institutional investment : परदेशातील गुंतवणूक संस्थांनी भारतीय भांडवल बाजारात भारतीय कंपन्यांच्या समभाग व रोख्यात केलेली गुंतवणूक.

foreign institutional investors : गुंतवणूकदार विदेशी वित्तसंस्था.

foreign investment : विदेशी गुंतवणूक. अन्य देशातील गुंतवणूकदार व्यक्ती आणि संस्था यांच्याकडून होणारी गुंतवणूक.

foreign letter of credit : विदेशी पतपत्र.

forfaiting : आंतरराष्ट्रीय व्यापारातील येणे रक्कम वसूल करण्याची दीर्घकालीन (३ ते ५ वर्षे) प्रक्रिया.

forfeiting : चुकीमुळे गमावणे, दंडादाखल देणे, पैसे जप्त होणे. पैशांच्या जप्तीची प्रक्रिया. पूर्ण रक्कम वेळेवर भरता न आल्यास तत्पूर्वी भरलेली सर्व रक्कम जप्त केली जाते.

forgery : बनावट, खोटा दस्तऐवज.

format : दस्तऐवजाचा नमुना, विविध प्रकारच्या अर्जांमध्ये समानता व सोपेपणा येण्यासाठी त्यांचे नमुने बनवले जातात. त्यात आवश्यक त्या नोंदी करून दस्तऐवज तयार केला जातो.

formation : स्थापन करणे, बनवणे, निर्माण करणे.

forms : प्रकार, अर्जांचे नमुने.

fortnight : पंधरवडा. व्यापारी पद्धतीनुसार शनिवारपासून दुसऱ्या आठवड्यातील शनिवार अखेरपर्यंत.

fraud : गैरव्यवहार, फसवणूक, स्वार्थासाठी बेकायदेशीरपणे केलेली पैशांची अफरातफर.

fraudulent : अप्रामाणिक, लबाडीचा व्यवहार.

freedom : स्वातंत्र्य, मुक्तता, सूट.

freight : आकार (वाहतुकीचे) भाडे.

frivolous or vexatious complaint : उपद्रव देण्यासाठी केलेली खोटी तक्रार.

front loaded lease : प्रारंभी अधिक भाडे आकारून जसजसा कालावधी वाढेल तसतशी भाड्याची रक्कम कमी होत जाणारी लीज.

full payful lease : ज्यामध्ये भांडवलाच्या रकमेवरील व्याज, प्रशासकीय खर्च, अन्य खर्च आणि नफा या सर्व गोष्टींचा समावेश करून भाडे ठरवले जाते असा लीजिंगचा प्रकार.

full service lease : या लीजमध्ये देखभाल, दुरुस्ती इ. सर्व खर्चाची जबाबदारी भाड्याने भांडवल देणाऱ्याची असते.

full value : कोणतीही वजावट न करता आकारलेले एकूण मूल्य.

functions : कार्ये, कार्यपद्धती.

fund flow : निधी प्रवाह. निधींची निर्मिती आणि विविध मत्तांमध्ये त्यांचा विनियोग व त्यांत गरजेनुसार होणारे बदल.

fund management : निधी व्यवस्थापन. निधी उभारणे, त्याची गुंतवणूक करणे, गुंतवणूकदारांना मोबदला देणे इ.

funds : निधी.

funds flow analysis : ताळेबंदाचे निधी प्रवाहांच्या संदर्भात केलेले विश्लेषण.

funds flow statement : निधी प्रवाहपत्रक.

future and options : भावी काळातील सौदा आजच ठरवणे तसेच व्यवहारपूर्ततेसाठी कालावधी वाढवण्याचा पर्याय ठेवणे.

G

gambler : जुगार खेळणारा.

gap : खंड, कालावधीतील अंतर. १ दिवस ते १ महिना, दोन महिने, ३ ते ६ महिने, ६ ते १२ महिने, १ ते ३ वर्षे, ३ ते ५ वर्षे, ५ हून अधिक वर्षे. याप्रमाणे हा खंड राहतो.

garnishee : धनकोस देणे असलेली रक्कम ऋणकोने अन्य कोणास देऊ नये यासाठी धनकोने ज्याच्यावर मनाई बजावली असा ऋणको.

general crossing : सामान्य रेखांकन. चेकवर डाव्या बाजूला वरील कोपऱ्यात दोन समांतर तिरप्या रेषा काढून किंवा चेकच्या मध्यावर दोन समांतर तिरप्या रेषा काढून केलेले रेखांकन; यामध्ये कोणतीही अट नमूद केलेली नसते.

general insurance : सर्वसाधारण विमा. आयुर्विम्याखेरीज अन्य सर्व प्रकारच्या विम्यांचा यात समावेश होतो. आग, वाहतुकीतील जोखीम, आरोग्य विमा इ.

general lien : सामान्य धारणाधिकार. ऋणकोची तारण मत्ता आपल्या ताब्यात मालकी नसतानाही ठेवण्याचा मिळालेला अधिकार.

general negative marks : समभाग विक्रीच्या वेळी माहितीपत्रकात कंपनीने जोखीम किंवा धोका, रोखे बाजारातील नोंदणी वगैरे गोष्टी दर्शविल्या नाहीत तर त्यावेळी ऋण (-ve) गुण दिले जातात. ०.५ ते १.०

general provisions and loss reserves : सर्वसाधारण खर्च व तोटा यांची तरतूद करण्यासाठीचे राखीव निधी.

genesis : संकल्पनेची प्रत्यक्षात होणारी निर्मिती. आरंभ.

genuineness : खरेपणाची खात्री.

giro system : गिरो पद्धत. रोख पैसा किंवा चेकचा वापर न करता पैशांचे हस्तांतरण करण्याची पर्यायी पद्धती.

global depository receipts - GDR : जागतिक डिपॉझिटरी पावत्या. देशातील कंपन्यांना देशाबाहेरील अन्य भांडवलबाजारात समभाग व्यवहार करताना ते समभाग जागतिक डिपॉझिटरी संस्थांत ठेवून त्यांच्या बदल्यात डिपॉझिटरी पावत्या मिळतात. आंतरराष्ट्रीय गुंतवणूकदार या पावत्यांच्या साहाय्याने समभाग खरेदी-विक्रीचे व्यवहार करू शकतात.

goldsmith : सोनार. बँकव्यवसायाच्या पूर्वजांपैकी एक.

goods : पैशांव्यतिरिक्त अन्य जंगम मत्ता जी कोठेही स्थलांतरित करता येते.

goodwill : नावलौकिक. व्यवसायामध्ये पत वाढवणारी अशी ही अमूर्त मत्ता असते.

government securities market : शासकीय रोखेबाजार. सरकारला पैशांची गरज असताना या रोखेबाजारात सरकार आपले कर्जरोखे गुंतवणूकदार व्यक्ती व संस्थांना विकते.

grading symbols : प्रतवारी दर्शविणारी चिन्हे - अक्षरे किंवा अंक.

grant of injunction : कोर्टामार्फत मिळालेला मनाई हुकूम.

green mail : कंपनीच्या समभागांची गैरमार्गाने खरेदी करून नफा मिळवण्याचा गुंतवणूकदार संस्थेने प्रयत्न केला तर अशा वेळी कंपनी गैरव्यवहार करणाऱ्यास संधी न देण्यासाठी समभागांच्या फेरखरेदीचा पर्याय निवडते. त्यासाठी वापरलेली संज्ञा.

green shoe option : book building पद्धतीने अधिमूल्य असणाऱ्या किमतीला प्रस्तावित समभागांची संपूर्ण विक्री केली जाते. त्यानंतर अधिक समभागांची विक्री करावयाची झाल्यास तो अधिकार एका प्रतिनिधीला दिला जातो. समभागांच्या बाजारमूल्यात फारसे चढ-उतार होऊ नयेत यासाठी कंपनी हा पर्याय निवडते.

grey transactions : संशयास्पद व्यवहार.

gross : एकूण. कोणतीही वजावट न करता असलेले मूल्य.

ground : आधार. या आधारे निर्णय घेतला जातो किंवा कारवाई केली जाते.

growth : वृद्धी.

guarantee : जामीन. हमी. जामीनदार धनकोस ऋणको त्याचा व्यवहार वेळेवर पूर्ण करेल असे लेखी स्वरूपात देतो. ऋणकोने व्यवहार पूर्ण न केल्यास धनकोस आपली रक्कम जामीनदाराकडून वसूल करण्याचा अधिकार मिळतो.

guarantor : हमीदार, जामीन रहाणारा.

guidelines : व्यवहारासाठी मार्गदर्शक तत्त्वे, सूचना.

half-yearly report : षण्मासिक/सहामाही अहवाल.

handnote : लेखी चिठ्ठी. एका व्यक्तीने दुसऱ्या व्यक्तीला स्वहस्ते लिहून दिलेली चिठ्ठी.

hands holding nurturing : साहस वित्तपुरवठा करणाऱ्या धनको संस्थेचा प्रतिनिधी संचालक मंडळात ऋणकोसंस्था नियुक्त करते. तथापि ऋणको संस्थेने मार्गदर्शन मागितले तरच हा संचालक क्रियाशील भूमिका घेऊन ऋणको संस्थेस मदत करतो. इतर वेळी तो तटस्थ राहतो. Hands on Nurturing आणि Hands off Nurturing यामधील हा सुवर्णमध्य आहे.

hands off nurturing : जेव्हा अनेक संस्था एकत्रितपणे ऋणको संस्थेला एकत्रित साहस वित्तपुरवठा करतात. तेव्हा जोखीम विभागली गेल्याने धनको संस्थांना ऋणको संस्थेत आपला तज्ज्ञ संचालक प्रतिनिधी पाठवण्याची गरज नसते. त्यामुळे ऋणको संस्था स्वत:च गुंतवणुकीची काळजी घेते.

hands-on nurturing : साहस वित्त पुरवठा केल्यानंतर धनको संस्था ही ऋणको संस्थेच्या कारभाराकडे सतत लक्ष देते. त्यासाठी ऋणको संस्थेच्या संचालक मंडळात धनको संस्थेचा प्रतिनिधी तज्ज्ञ संचालक म्हणून घेतला जातो. तो सर्व व्यवहाराबाबत ऋणको संस्थेची काळजी घेतो.

hassle free entry : विना अडथळा प्रवेश. साहस वित्तक्षेत्रातील गुंतवणूक फंडाने निर्वेधपणे ऋणको संस्थेत केलेली गुंतवणुकीची प्रक्रिया.

hassle free exit : विनाअडथळा बहिर्गमन. साहस वित्तक्षेत्रातील गुंतवणूक फंडाने निर्वेधपणाने ऋणको संस्थेतून काढून घेतलेली गुंतवणूक.

head office : प्रधान कार्यालय. सर्व शाखांवर नियंत्रण ठेवणारे कार्यालय.

hell or high water clause : असे कलम, की ज्यात कशीही परिस्थिती ओढवली तरीही भाड्याने हप्ते ठरल्याप्रमाणे द्यावेच लागतात. त्यात कोणतीही सवलत मिळत नाही.

high court : राज्यातील वरिष्ठ न्यायालय.

hire charges : भांडवल भाड्याने घेणाऱ्यास आकारले गेलेले भाडे.

hire purchase : भाडेखरेदी. उधारीवर विक्री करताना किंमत व व्याज यांचा हिशेब करून हप्ता ठरवणे. हप्ता नियमितपणाने भरून विशिष्ट कालावधीनंतर विकत घेतलेली वस्तू ग्राहकाच्या मालकीची होणे.

hire purchase agreement : भाडेखरेदी करार. लीजिंग व्यवहारात आरंभी भांडवल भाड्याने घेणारा काही काळानंतर भांडवलाची खरेदी करू शकतो. त्याबाबत झालेला करार.

holder : धारक. धारण करणारा.

honouring : प्र-पत्राचा आदर करून त्यानुसार व्यवहार करणे.

hostile takeover : एका कंपनीने विविध डावपेचांद्वारे दुसरी कंपनी आपल्या ताब्यात घेण्याची प्रक्रिया. बहुसंख्य समभागांची खरेदी, आर्थिक अडचणीत असलेल्या दुसऱ्या कंपनीस त्या कंपनीने अर्थसाहाय्य देऊन आपले नियंत्रण आणणे. दुसऱ्या कंपनीसमवेत त्या कंपनीने भागीदारी करणे असे हे डावपेच वापरले जातात.

housing : गृहनिर्मिती – घरबांधणी.

housing and urban development corporation - HUDCO : गृहनिर्मिती व नागरी विकास महामंडळ (हडको) स्थापना १९७० घरबांधणी आणि नागरी विकासासाठी आवश्यक त्या सोयीसुविधा निर्माण करण्यासाठी वित्तपुरवठा करणारी ही संस्था सरकारच्या संपूर्ण मालकीची आहे.

housing finance : गृहबांधणीसाठी कर्जपुरवठा करणे.

human resources : मानवी संसाधने. पूर्वी असलेल्या श्रम या शब्दास आज वापरला जाणारा पर्यायी शब्द. Human Capital. मानवी भांडवल.

hundi : भारतीय व्यापारी पद्धतीनुसार असलेले विनिमय बिल.

hybrid debt : मिश्रस्वरूपी कर्ज. आवश्यक तर कर्जाच्या काही रकमेचे रूपांतर ऋणको संस्थेच्या समभागात केले जाते व बाकी रकमेची परतफेड ऋणको संस्था व्याजासह करते.

hybrid Fund : समभाग, कर्जरोखे, अल्पकालीन कर्ज अशा विविध प्रकारच्या मत्तांत गुंतवणूक करणारा गुंतवणूकनिधी.

hypothecation : नजरगहाण. गहाण मत्ता ऋणकोच्या ताब्यात असते. तिचा ऋणको वापरही करू शकतो. मात्र, धनकोची त्यावर नजर राहते. तो वेळोवेळी गहाण मत्तेची तपासणी करू शकतो.

I

IBA code : भारतीय बँक संघटनेने सन १९९९ पासून सभासद बँकांसाठी बनवलेली आचारसंहिता.

identification : ओळख पटवण्याची प्रक्रिया.

illiquid securities : ज्यांचे रोख रकमेत रूपांतर होऊ शकत नाही, असे रोखे. त्यांचे बाजारात क्वचितच व्यवहार होतात.

illiterate person : निरक्षर व्यक्ती. अशा व्यक्तीबरोबर व्यवहार करताना त्याच्या डाव्या हाताच्या अंगठ्याचा ठसा घेऊन साक्षीदाराची सही घेतली जाते.

illustrative check list : विविध संस्थांच्या संमतीपत्रांची यादी. बाजारात समभागांची विक्री करण्यापूर्वी संबंधित व्यवसायसंस्थेला ही सर्व मान्यतापत्रे घ्यावी लागतात.

immovable property : स्थावर मत्ता ही दुसऱ्या जागी हलवणे शक्य नसते.

implementation : अंमलबजावणी.

implication : परिणाम.

implicit interest : लीजिंगच्या भाड्यात समाविष्ट असलेले व्याज. या व्याजाच्या दराच्या मदतीने लीजिंगमध्ये होणाऱ्या भविष्यकालीन प्राप्तीचे आजचे मूल्य काढले जाते.

implied : अंगभूत. त्यामध्येच समाविष्ट असणारा घटक.

implied conditions : अंतर्भूत असलेल्या अटी.

implied warrantee : अंतर्भूत असलेली नुकसानभरपाईची हमी.

import lease : आयात केलेले भांडवल (यंत्रसामुग्री इ.) भाड्याने देणे.

importance : महत्त्व.

imposition : लादणे.

imprest bill : आगाऊ दिलेल्या पैशांबद्दल धारकास मिळालेले विनिमय बिल.

improvement : सुधारणा, चांगला बदल.

inception of a lease : ज्या दिवशी भाडेकरार झाला ती तारीख. त्या दिवशी भांडवलाचे हस्तांतरण होईलच असे नाही.

inception of a lease : लीजिंगविषयक कराराची तारीख.

income and expenditure account : तेरीजपत्रक. प्राप्ती व खर्चपत्रक. व्यवसाय संस्थांखेरीज अन्य संस्थांनी विशिष्ट कालावधीतील प्राप्ती आणि खर्च याविषयी तयार केलेले हिशेबपत्रक. व्यवसायसंस्थांच्या अशा पत्रकास नफा-तोटापत्रक (Profit and Loss Account) असे संबोधले जाते.

income bonds : उत्पन्नदायी रोखे. या रोख्यातील गुंतवणुकीपासून कमी प्रमाणात असले तरी नियमित व स्थिर उत्पन्न मिळते.

income recognition : उत्पन्न निर्धारण, उत्पन्न ठरवण्याचे विविध निकष असतात.

income tax : प्राप्तीकर. उत्पन्न कर. सन १९६१ च्या संसदेने संमत केलेल्या कायद्यान्वये केंद्र सरकार बिगरशेतकी उत्पन्नावर हा कर आकारते. शेतकी उत्पन्नावर कर आकारण्याचा अधिकार घटकराज्य सरकारांना आहे.

inconditional takeout finance : विनाशर्त कर्जपुरवठा. त्यात जोखीम अधिक राहते.

incremental borrowing rate : आरंभी कमी असून कालांतराने वाढत जाणारा कर्जावरील व्याजाचा दर.

indebtedness : ऋणदायित्व. ऋणकोची कर्जफेडीची जबाबदारी.

indemnity : नुकसानभरपाईची जबाबदारी.

indemnified : नुकसानभरपाईची हमी मिळालेला.

indemnifier : नुकसानभरपाई करून देण्याची हमी घेणारा.

indemnity bond : नुकसानभरपाई करून देण्याविषयीचे हमीपत्र.

indenture trustee : धनकोच्या पैशांची काळजी घेणारा लीजिंग व्यवहारातील विश्वस्त. भाडे न दिले गेल्यास तोही भांडवली मत्ता जप्त करून धनकोचे हित सुरक्षित राखतो.

indexed lease : स्थावर मत्तेचा भाडेव्यवहार. यात भाववाढीच्या निर्देशांकानुसार भाड्याची रक्कमही वाढत जाते.

Indian banking and financial system : भारतीय बँकिंग आणि वित्तव्यवहार पद्धती. त्यात बँका, वित्तसाहाय्य करणाऱ्या अन्य संस्था, त्यांची कार्यपद्धती, नियंत्रणे इ. चा परामर्ष घेतला जातो.

Indian currency : भारतीय चलन. कागदी चलन व नाणी. चलननिर्मितीचा एकाधिकार हा भारतीय रिझर्व्ह बँकेस आहे.

Indian financial system : भारतीय वित्तप्रणाली भांडवलबाजार. रोखेबाजार, वित्तसंस्था, लीजिंग कंपन्या, विमा कंपन्या इ. विविध प्रकारचे घटक त्यात आहेत.

Indian Institute of Bankers : भारतीय कंपनी कायद्यानुसार स्थापन झालेली ही संस्था बँकिंग व्यवहार संशोधन, परीक्षा, बँकिंगवरील चर्चासत्रांचे संयोजन, पुस्तके, नियतकालिके, संशोधनपत्रिका इ. चे प्रकाशन वगैरे कार्ये करते. बँका व वित्तसंस्था, त्यातील कर्मचारी इ. या संस्थेचे सदस्य होऊ शकतात.

indirect institutional finance : अप्रत्यक्ष वित्तसाहाय्य. विविध क्षेत्रांना प्रत्यक्ष कर्ज देणाऱ्या बँका, वित्तसंस्थांना बिलांची फेरवटवणूक, कर्जपुरवठा इ. मार्गांनी दिलेले अर्थसाहाय्य. हे त्या त्या क्षेत्रांच्या दृष्टीने अप्रत्यक्ष वित्तसाहाय्य असते.

indischarged bankrupt : अवसायनात देण्यांची परतफेड करणे शक्य नसल्याने अवसायनात गेलेला दिवाळखोर.

industrial credit and investment corporation of India : भारतीय पत आणि गुंतवणूक महामंडळ १९५५ मध्ये औद्योगिक वित्तपुरवठा विषयक कार्ये करण्यासाठी कंपनी म्हणून स्थापन झालेली ही संस्था ICICI बँक या व्यापारी बँकेत विलीन झाली आहे.

industrial development bank of India : भारतीय औद्योगिक विकास बँक. सन १९६४ मध्ये भारत सरकार, रिझर्व्ह बँक इ. नी औद्योगिक विकासाच्या हेतूने स्थापन केलेली ही बँक IDBI बँक या व्यापारी बँकेत विलीन झाली आहे.

industrial estate : औद्योगिक वसाहत. विकसक अशा प्रकारची औद्योगिक वसाहत निर्माण करून त्यात पायाभूत सोयीसुविधा पुरवून उद्योजकांना उद्योग सुरू करण्यासाठी जागा विकत वा भाड्याने देतो.

industrial finance corporation of India : भारतीय औद्योगिक वित्त महामंडळ सन १९४८ मध्ये भारतीय संसदेने कायदा संमत करून औद्योगिक भांडवल पुरवण्यासाठी सरकार, रिझर्व्ह बँक इ. मार्फत भारतातील पहिले महामंडळ स्थापन केले.

industrial loan : औद्योगिक वित्त उद्योगांना दिलेले कर्ज.

industrial organisation : औद्योगिक संघटन. यात एकव्यक्ती स्वामित्व, भागीदारी, संयुक्त भांडवली संस्था, सहकारी संस्था, सरकारी क्षेत्रातील उद्योग इ. सर्वांचा समावेश होतो.

industrial reconstruction bank of India - IRBI : भारतीय औद्योगिक पुनर्रचना बँक. सन १९८५ मध्ये आजारी उद्योगांच्या पुनर्रचनेच्या हेतूने ही बँक स्थापन केली. अन्य वित्तसंस्थांच्या साहाय्याने ही बँक आजारी उद्योगांच्या पुनरुज्जीवनासाठी आर्थिक व तांत्रिक साहाय्य देते.

industrial securities : औद्योगिक संस्थांचे समभाग, रोखे इ.

industrial sickness : औद्योगिक आजारपण. १९८५ च्या कायद्यान्वये ज्या औद्योगिक संस्थेला सातत्याने ७ वर्षांत तोटा आल्यामुळे तिच्या मत्तेचे निव्वळ मूल्य शून्य किंवा ऋण झालेले आहे अशी स्थिती. लघुउद्योगांच्या संदर्भात ५ वर्षांपेक्षा अधिक काळ ज्या संस्थांचा तोटा ५०% किंवा त्याहून अधिक आहे, अशा संस्थांची स्थिती. तोट्याचे प्रमाण यापेक्षा कमी असेल तर त्या स्थितीला कमकुवतपणाची स्थिती (weakness) असे म्हटले जाते.

industrialisation : औद्योगिकीकरण. देशातील उद्योगक्षेत्राचा विकास.

information : माहिती.

information technology : माहिती तंत्रज्ञान. संगणक, इंटरनेट इ.च्या प्रसारातून हा नवीन उद्योग विकसित झालेला आहे.

infrastructure development finance company : पायाभूत सोयी– सुविधांसाठी त्या क्षेत्रातील कंपन्यांना अर्थसाहाय्य देणारी कंपनी.

infrastructure leasing and financial services ltd. (IL & FS) : सेंट्रल बँक ऑफ इंडिया. भारतीय युनिट ट्रस्ट व गृहबांधणी विकास महामंडळ मर्यादित या संस्थांनी एकत्र येऊन भाडेतत्त्वानुसार भांडवलपुरवठा करण्यासाठी ही कंपनी निर्माण केली.

inherant power : अंगभूत सामर्थ्य.

initial sanction : आरंभाची संमती. प्राथमिक मंजुरी.

injunction : मनाईहुकूम. वादीच्या तक्रारीत तथ्य असल्यास कोर्ट प्रतिवादीवर व्यवहारांबाबत निर्बंध घालते. ते अमान्य केल्यास कोर्टाचा अवमान हा गुन्हा होतो.

innovative : नवीन प्रकारचे. आजवर कोणीही न अवलंबलेले.

inquiry : चौकशी.

insanity : अज्ञान. बौद्धिक कमकुवतपणा.

insider trading : १) कंपनीच्या अंतर्गत माहितीचा गैरफायदा घेऊन केलेली समभागांची उलाढाल. कायद्याच्या दृष्टीने ते गैरवर्तन असते. २) कंपनीची अंतर्गत

परिस्थिती, आर्थिक व्यवहार वगैरे माहिती मिळवून त्यानुसार समभागांची खरेदी–विक्री करून नफा मिळवणे.

inspection : तपासणी. आर्थिक व्यवहार व हिशेब यांबाबत.

installment : हप्ता. कर्जाच्या परतफेडीच्या संदर्भात मुद्दल व व्याज यांचा हिशेब करून ठरवलेली दरमहा भरावयाची रक्कम.

installment sale : हप्त्याने केलेली विक्री.

institutional credit : संस्थात्मक कर्जपुरवठा.

instructions : सूचना.

instrument : साधन.

insufficient fund : खात्यावरील अपुरी रक्कम.

insurance : विमा. धोक्यांविरुद्ध केलेली तरतूद.

insurance business : विमाव्यवसाय.

insurance coverage : विमा सुरक्षितता.

insurance premium : विम्याचा हप्ता.

insurance regulatory and development authority (IRDA) : स्थापना १९९६. विमा व्यवसायावर नियंत्रण ठेवून त्याचा योग्य प्रकारे विकास घडवण्यासाठी असलेले प्राधिकरण.

integrated rural development programme : एकात्मिक ग्रामीण विकास कार्यक्रम. सन १९८० मध्ये केंद्र सरकारने ग्रामीण विकासाच्या विविध योजनांचे एकत्रीकरण करून हा कार्यक्रम सुरू केला.

interest : व्याज. भांडवल कर्जाऊ दिल्याने धनकोला मिळणारा मोबदला.

interest rate sensitivity : व्याजदराची संवेदनशीलता त्यात सतत होणारे चढ–उतार.

interest rate structure : व्याजदरांची संरचना. ठेवी व कर्जे यासंदर्भात स्वरूप, प्रकार इ. चा विचार करून वेगवेगळे व्याजदर निर्धारित केले जातात.

interest rebate : व्याजदरात दिलेली सूट, सवलत.

interest subsidy : व्याजविषयक अनुदान. दुर्बल घटकातील ऋणकोंना व्याजदरात सवलत दिली जाते तेवढी रक्कम सरकार बँकांना देते.

interference : कारभारातील हस्तक्षेप. गैरव्यवहार रोखण्यासाठी मध्यवर्ती बँक असा हस्तक्षेप करते.

interim : तात्पुरता अंतिम निर्णयापूर्वीचा अंतरिम.

interim finance : तात्पुरता कर्जपुरवठा.

interim injunction : तात्पुरता मनाईहुकूम.

interim rent : अंतरिम भाडे. आगाऊ मिळालेली भाड्याची तात्पुरती रक्कम. प्रत्यक्ष व्यवहारानंतर ही रक्कम कमी अधिक होऊ शकते.

interim report : तात्पुरता अहवाल.

intermediary agency : मध्यस्थ संस्था.

internal audit : बँक नियुक्त बँकेतील अधिकाऱ्यांपैकी किंवा ग्राहकांपैकी एकाने केलेली बँकेच्या हिशेबांची तपासणी.

internal audit : संस्थांतर्गत हिशेब तपासणी.

internal code : कंपनीअंतर्गत आचारसंहिता.

internal control : संस्थांतर्गत नियंत्रण.

international bank for reconstruction and development : आंतरराष्ट्रीय पुनर्रचना व विकास बँक. दुसऱ्या महायुद्धानंतर सन १९४५ पासून ही बँक युद्धात आर्थिकदृष्ट्या उद्ध्वस्त झालेल्या देशांची पुनर्रचना व अल्पविकसित देशांचा विकास यासाठी सवलतीच्या व्याजाने दीर्घकालीन अर्थसाहाय्य देणारी ही बँक आजही अस्तित्वात आहे. जागतिक बँक या नावानेही ती ओळखली जाते. World Bank.

international banking : आंतरराष्ट्रीय बँकिंग. व्यापारी बँकांचे आंतरराष्ट्रीय पातळीवर होणारे बँकिंगचे व्यवहार. विदेशातील शाखांची स्थापना, विदेशी ग्राहकांच्या ठेवी स्वीकारणे, कर्जे देणे, विनिमय बिले, पतपत्रे इ. चे व्यवहार, विदेशी चलनाची देवाण-घेवाण इ. व्यवहार.

international factoring : परतफेडीत अडचणी उद्भवलेल्या विदेशी कर्जाची वसुली करणारी यंत्रणा.

international investment foreign investment : अन्य देशात केलेली गुंतवणूक. विदेशी गुंतवणूक. Foreign investment.

international liquidity : आंतरराष्ट्रीय रोखता. कोणत्याही प्रकारचे परकीय चलन गरजेच्या वेळी तत्काळ उपलब्ध होणे.

international monetary fund : आंतरराष्ट्रीय नाणेनिधी. सन १९४५ मध्ये जगातील विविध देशांनी एकत्र येऊन आंतरराष्ट्रीय व्यापार वाढीच्या व व्यापारातील अडथळे दूर करण्याच्या, गरजू देशांना आयातीसाठी परकीय चलन उपलब्ध करून देण्याच्या

हेतूने स्थापन केलेली संस्था. विशिष्ट हेतूने निर्माण झालेल्या या निधीत विविध देशांच्या चलनांचा समावेश असतो.

inter-se transfer securities : समभागांच्या सार्वजनिक विक्रीच्या आधीच परस्पर विक्रीद्वारे हस्तांतरण.

intervention : हस्तक्षेप. गैरव्यवहार रोखण्यासाठी केलेली व्यवस्था.

introduction : परिचय, ओळख.

inventory norms : साठ्याविषयीचे निकष.

investment : १) गुंतवणूक. भांडवलाचा विनियोग २) समभाग/रोखे, दीर्घमुदती कर्ज यांतील गुंतवणूक.

investment banking : गुंतवणूक बँकिंग. बँकिंगचा असा प्रकार ज्यात बँका भांडवलाची मध्यम व दीर्घकालीन गुंतवणूक करतात.

investment company : गुंतवणूक कंपनी. भांडवलाची गुंतवणूक करून नफा मिळवणे हाच तिचा व्यवसाय असतो.

investment information and credit rating agency - ICRA : गुंतवणूक माहिती व मूल्यांकन संस्था. स्थापना १९९१. समभाग/रोखे यातील गुंतवणुकीच्या संदर्भात कंपन्यांविषयी माहिती देणारी व रोख्यांचे मूल्यांकन करणारी संस्था.

investment trust : गुंतवणूक विश्वस्त संस्था. उद्योगसमूह आपल्या नियंत्रणाखालील सर्व संस्थांच्या नफ्यामधून अशी संस्था स्थापन करतो. त्यायोगे इतर कंपन्यांचे समभाग खरेदी करून त्या आपल्या नियंत्रणाखाली आणण्याचे उद्योग समूहाचे उद्दिष्ट असते.

invocation : हमीबाबत दिलेली संमती. मान्यता, दुजोरा.

irrevocable : बदलता न येणारे.

issue : १) वितरण, विक्री. २) समभाग/रोख्यांची व्रिकी.

issue of licence : परवाना देणे.

issue of prospectus : माहितीपत्रक वितरित करणे.

issued capital : विक्रीसाठी बाजारात आणलेले समभाग भांडवल.

joint account : संयुक्त खाते एकाहून अधिक व्यक्तींनी संयुक्तरीत्या उघडलेले खाते. त्यात खाते चालवण्याचा अधिकार, व्यक्तिगत जबाबदाऱ्या वगैरे अटी स्पष्टपणे नोंदवल्या जातात. एखादा खातेदार मृत झाला तर खाते रद्द होते.

joint enterprise : एकाहून अधिक व्यक्तींनी सुरू केलेली व्यवसायसंस्था.

joint hindu family - hindu undivided family - HUF : कायद्यानुसार संयुक्त हिंदू कुटुंब ही एक व्यवसाय संस्था मानली जाते. शेती, व्यापार इ. संयुक्त हिंदू कुटुंबामार्फत व्यवसाय चालवले जातात.

joint stock banks : संयुक्त भांडवली बँका. समभाग विक्रीतून भांडवल उभारणाऱ्या बँका.

joint stock companies : संयुक्त भांडवली कंपन्या. समभाग विक्रीतून भांडवल उभारणाऱ्या व्यवसायसंस्था.

joint venture : संयुक्तरीत्या केलेले साहस. एखादा नवीन प्रकल्प सुरू करण्यासाठी अनेक संस्था, शासनसंस्था वगैरे भांडवल सहभाग, नफ्यातील हिस्सा, धोका विभागणी यासारख्या गोष्टींबाबत योग्य प्रकारे करार करून नंतरच प्रकल्पाचा आरंभ करतात.

jointly operative : संयुक्तरीत्या चालवले जाणारे खाते. त्यातील कोणत्याही एकाला खाते चालवता येत नाही. सर्वांच्या सह्या प्रत्येक व्यवहारात आवश्यक.

judgement creditor : न्यायालयाने कायद्याच्या आधाराने निश्चित केलेला धनको. याचप्रमाणे Judgement debt – न्यायालयाने निश्चित केलेले कर्ज, Judgement Debtor - न्यायालयाने निश्चित केलेला ऋणको या अन्य संज्ञा आहेत.

jurisdiction : अधिकार क्षेत्र.

jurisdiction of court : न्यायालयीन अधिकारक्षेत्र.

kisan credit card : किसान क्रेडिट कार्ड. शेतकऱ्यांना कर्जाचा पुरवठा करण्यासाठी केलेली तरतूद.

kisan credit card scheme : किसान क्रेडिट कार्ड योजना. शेतकऱ्यांना कर्जपुरवठा करण्यासाठी आखलेली योजना.

kite flying : परस्पर साहाय्यक हुंड्यांच्या वटवणुकीचा व्यवहार कोणतीही खरेदी– विक्री नसताना दोन व्यापारी परस्परांवर हुंड्या काढून त्यांच्या वटवणुकीतून पैसा उभारतात.

know your customer - KYC : बँकेने आपल्या खातेदारांविषयीची सविस्तर माहिती जाणून घेण्यासाठी अवलंबलेली प्रक्रिया.

L

lack : उणीव, कमतरता, अभाव.

land revenue : जमीन महसूल, शेतसारा.

land tenure : जमीन धारणा. जमीन कसण्याच्या विविध पद्धती. रयतवारी, महालवारी, जमीनदारी इ.

lans : संगणकप्रणालीची स्थानिक पातळीवर जुळणी.

later stage financing : प्रारंभी केलेल्या अर्थसाहाय्यानंतर पुढील टप्प्यात केलेले अर्थसाहाय्य.

lead bank : अग्रणी बँक. सन १९७५ नंतर सरकारी योजनेनुसार विविध राष्ट्रीयीकृत बँकांवर विविध राज्यातील जिल्ह्यांची अग्रणी बँक म्हणून जबाबदारी निर्धारित करण्यात आली. त्यांनी त्या जिल्ह्यातील सर्व पतपुरवठा करणाऱ्या संस्थांचा समन्वय साधून विकासासाठी पतपुरवठा योजना कार्यान्वित केली.

lead managers : अग्रणी व्यवस्थापक. समभाग विक्रीसाठी नियुक्त केलेली प्रमुख व्यवस्थापक संस्था.

lease agreement : भाडेकरार.

lease line : दोन्ही पक्षांनी लीजिंग व्यवहाराची ठरवून घेतलेली पद्धत. लीजिंगचा प्रत्येक व्यवहार त्यानुसारच केला जातो. Master lease.

lease term : लीजिंगची मुदत.

lease underwriting : लीजिंग व्यवहाराबाबत घेतलेली हमी.

leasing : भांडवल भाड्याने देणे. उत्पादनोपयोगी भांडवली साधन सामुग्री स्वतः खरेदी करून लीजिंग कंपनी ती व्यवसायसंस्थांना भाड्याने उपलब्ध करून देते.

leasing company : भांडवल भाड्याने देणारी कंपनी.

legal : वैध, कायदेशीर.

legal framework : कायद्यानुसार बनवलेली व्यवसायसंस्थेची नियमावली, नियमावलीची चौकट.

legal incidence : वैध भार. कायद्याने निर्धारित केलेली जबाबदारी.

legal mortgage : कर्जासाठी तारण म्हणून मिळालेल्या स्थावर मत्तेचे हस्तांतरणाबाबत कायदेशीर करारपत्र.

legal position : कायद्याने निर्धारित केलेले स्थान. जबाबदारी.

legal proceeding : कायदेशीर प्रक्रिया.

legal recognition : वैध मान्यता कायदेशीर मान्यता.

legal representation : संस्थेचे कायदेशीर प्रतिनिधित्व.

lending : कर्जव्यवहार. धनकोने ऋणकोला कर्ज देणे.

lessee : भांडवल भाड्याने घेणारा.

lessor : भांडवल भाड्याने देणारा.

letter of credit : पतपत्र. एक बँक दुसऱ्या बँकेला आपल्या खातेदाराची पत विचारात घेऊन त्याने दिलेले चेक्स, बिले इ. प्रपत्रे दुसऱ्या बँकेने स्वीकारावीत यासाठी असे पत्र देते. अंतर्गत वा आंतरराष्ट्रीय व्यापारात अशा प्रपत्रांचा वापर होतो.

letter of guarantee : हमीपत्र.

leveraged lease : कर्जाद्वारे भांडवल उभारून केलेला लीजिंगचा व्यवहार.

liability : दायित्व. व्यवसायसंस्थेची ताळेबंदात दर्शविलेली जबाबदारी. भागभांडवल, ठेवी, अग्रिमे, साठ्यातील रक्कम, वस्तू इ. गोष्टी यात समाविष्ट असतात.

liberatisation : शिथिलीकरण सरकारी निर्बंध उठवणे, त्यात सवलत देणे.

licence : परवाना. व्यवसाय करणाऱ्यास संबंधित शासकीय यंत्रणेकडून असा परवाना घेणे आवश्यक असते. विशिष्ट गोष्ट करण्यासाठीही परवाना घ्यावा लागतो. उदा. वाहन चालवणे. ताबेहक्क. तारण मत्तेच्या संदर्भात.

lien : धारणाधिकार. दुसऱ्याच्या मालकीची मत्ता ताब्यात ठेवण्याचा कायद्याने मिळालेला अधिकार.

life insurance policy : आयुर्विमा पॉलिसी. तिच्या तारणावर कर्ज काढता येते.

limitation : मर्यादा, बंधन.

limited liability : मर्यादित दायित्व.

limited partnership : मर्यादित भागीदारी संस्था. संयुक्त भांडवली कंपनीप्रमाणेच या संस्थेत भागीदारांचे दायित्व समभागांपुरतेच मर्यादित ठेवले जाते. संस्थेचे दिवाळे निघाल्यास भागीदारांची अन्य मालमत्ता सुरक्षित राहते.

linked : जोडलेला. उदा. Equity linked Insurance. समभागांशी जोडलेला विमा.

liquid assets : प्रवाही मत्ता. जिचे अन्य कोणत्याही मत्तेत तत्काळ व सहजपणे रूपांतर होऊ शकते अशी मत्ता. उदा. पैसा, बँकातील मागणी ठेव इ.

liquidation : विसर्जन. व्यवसायसंस्था बंद करून तिच्या मालकीच्या मत्तेची विक्री करून इतरांची देणी भागवणे.

liquidity : रोखता. रोख पैसा उभारण्याची क्षमता.

liquidity management : रोखता व्यवस्थापन. पैशांची गुंतवणूक करून गरजेच्या वेळी तो उपलब्ध होईल अशा प्रकारे केलेले व्यवस्थापन.

listing : नोंदणी.

loan : कर्ज. व्याजावर ऋणकोस दिलेली रक्कम ठरलेल्या मुदतीत ऋणकोला परतफेड करावी लागते.

loan documents : कर्जाबाबत आवश्यक कागदपत्रे.

loan package : विविध प्रकारच्या कर्जांचा एकत्रित समूह.

loans and advances : कर्जे व अग्रिमे.

lobbying : गट बनवणे. समुदायामार्फत पाठपुरावा करणे.

local authority : स्थानिक अधिकारी.

lock in : अडकून राहिलेले. उदा. विशिष्ट काळासाठी गुंतवलेला पैसा. तो काळ पूर्ण होईपर्यंत हा पैसा परत मिळू शकत नाही.

lock in period : गुंतवणूक केल्यानंतर ती ज्या मुदतीपर्यंत मोडण्यावर निर्बंध असतात असा कालावधी.

locker : सुरक्षा खण, तिजोरी.

long term liability : तीन वर्षांहून अधिक काळासाठी घेतलेली कर्जे – दीर्घमुदती कर्जे.

long term measures : दीर्घकालीन उपाय, मार्ग.

loss : हरवणे, गहाळ होणे. नुकसान, तोटा.

lot : गठ्ठा.

magnetic ink character recognition cheque - MICR : एम. आय. सी. आर. चेक, धनादेश. चुंबकीय शाईचा वापर करून चेक क्रमांक, बँकेचा क्रमांक इत्यादी गोष्टी चेकच्या खालील बाजूस एका पट्टीवर मुद्रित केल्या जातात. अशा चेक्सचे निरसन अत्यंत वेगाने होते.

mainteinance : कार्यान्वित करणे, चालू ठेवणे, सुस्थितीत राखणे. देखभाल, काळजी घेणे, सांभाळणे.

management : व्यवस्थापक समूह. संस्थेचा कारभार संचालक मंडळाच्या धोरणानुसार चालवणाऱ्या वरिष्ठ अधिकाऱ्यांचा समूह. सर्व कर्मचाऱ्यांच्या सहकार्याने संस्थेचे दैनंदिन कामकाज चालवण्याची जबाबदारी त्यांची असते.

management audit : संचालकांच्या कारभाराची तपासणी/परीक्षण.

management of risks : जोखीम व्यवस्थापन. स्वत:चे पुरेसे भांडवल ठेवणे, उलाढाल मर्यादित प्रमाणात ठेवणे, सुरक्षा सीमा ठेवण्याची काळजी घेणे, व्यवहारपूर्तीसाठी राखीव निधी ठेवणे, व्यवहार तात्पुरते स्थगित ठेवणे इ. मार्गांनी जोखमीचे व्यवस्थापन केले जाते.

manager : व्यवस्थापक, प्रमुख, मुख्याधिकारी.

managerial competence : व्यवस्थापकीय क्षमता किंवा कौशल्य.

managing agent : व्यवस्थापकीय प्रतिनिधी. पूर्वी संयुक्त भांडवली तत्त्वावर संस्था स्थापन झाल्यानंतर आधीचे प्रवर्तक हे मॅनेजिंग एजंट-व्यवस्थापकीय प्रतिनिधी म्हणून संस्थेचा कारभार पाहत. संचालक मंडळ करारान्वये विशिष्ट कालावधीसाठी त्यांची नियुक्ती करीत असे.

managing director : व्यवस्थापकीय संचालक. संस्थेचा पूर्ण कारभार पाहणारा. संचालक मंडळाने नियुक्त केलेला त्यांच्यापैकी एक तज्ज्ञ संचालक हा पूर्णवेळ संचालक. Wholetime director या नावानेही ओळखला जातो. बँकेत या संचालकाची नियुक्ती मध्यवर्ती बँक करते.

mandate : अधिकार. आवश्यक बाब. ती कायद्यानेच निर्धारित केलेली असल्याने टाळता येत नाही.

mareva injunction : मॅरेव्हा मनाई हुकूम. विदेशात वास्तव्यासाठी गेलेल्या थकबाकीदार ऋणकोवर त्याच्या या देशात असलेल्या मत्तेबाबत धनकोच्या हिताचा विचार करून ऋणकोने परस्पर व्यवहार करू नये. याबाबत न्यायालयाने बजावलेला मनाईहुकूम.

margin : सीमा. तारणमूल्याची कर्जाच्या रकमेपेक्षा अतिरिक्त असलेली रक्कम, गाळा.

margin money : सुरक्षिततेसाठी उभारलेली रक्कम नियोजित संस्थेची नोंदणी, प्रारंभिक व्यवहार इत्यादींसाठी प्रवर्तकांनी केलेली आर्थिक तरतूद, उभारलेले भांडवल. नोंदणीपूर्वी संस्था भांडवलबाजारातून भांडवल उभारू शकत नाही. तोपर्यंत ही रक्कम प्रवर्तक उभी करतात.

margin of safety : सुरक्षासीमा. जेव्हा कर्ज देताना धनको तारण मत्तेच्या किमतीपेक्षा कमी प्रमाणात कर्ज देतो तेव्हा तारणाचे मूल्य व कर्जाची रक्कम यातील तफावत सुरक्षा सीमा म्हणून ओळखली जाते.

marine insurance : सागरी वाहतुकीचा विमा.

market and face value : समभागांची बाजारातील किंमत व दर्शनी किंमत समभागावर दर्शविलेल्या किमतीपेक्षा बाजारातील किंमत होणाऱ्या समभागांच्या उलाढालीनुसार कमी-अधिक असू शकते.

market operations : बाजारातील परिस्थितीनुसार समभागांच्या खरेदी-विक्रीचे होणारे व्यवहार. उलाढाल.

market price : बाजारभाव. बाजारातील दैनंदिन खरेदी-विक्रीनुसार ठरणारी किंमत.

market risk : बाजारातील जोखीम किंमत घसरल्याने पत्करावा लागणारा धोका.

market value : बाजारभाव.

marketing : पणन, खरेदी विक्री.

marketing miscellaneous information service : विविध माहितीविषयक सेवांची ग्राहकांसाठी होणारी विक्री.

marketing research : बाजार संशोधन.

mass banking : सर्वसामान्य जनतेपर्यंत पोहोचलेला बँकव्यवसाय.

master lease : दोन्ही पक्षांनी लीजिंग व्यवहाराची ठरवून घेतलेली पद्धत. पुढील प्रत्येक लीजिंगचा व्यवहार त्यानुसारच केला जातो. त्यामुळे प्रत्येकवेळी नवीन करार करावा लागत नाही.

material alteration : मजकुरातील फेरबदल/दुरुस्ती.

material facts : वस्तुस्थिती. स्पष्टपणे दिसणाऱ्या गोष्टी.

maturity : मुदत पूर्ण होणे.

maturity value : मुदतीनंतर मिळणारी रक्कम.

maximum finance : मिळू शकणारी कर्जाची कमाल रक्कम.

measures : साधने, उपाय.

mechanisation : यांत्रिकीकरण.

mechanism : कार्यपद्धती, कार्यप्रणाली.

medicinal goods and raw material : औषधी द्रव्ये व कच्चा माल.

meeting : बैठक, सभा.

member : सदस्य, सभासद.

member of amalgamation : नवीन कंपनी स्थापन करण्यासाठी एकत्र येणाऱ्या एकापेक्षा अधिक व्यवसाय संस्था. यामुळे त्या नव्या कंपनीला बाजारात पत निर्माण होते.

memorandum : संस्थेचे घटनापत्रक, नियमावली.

memorandum of understanding - MOU : दोन पक्षांत झालेला समझोता. यात दोघांच्याही हिताचा विचार केला जातो. हा लिखित किंवा अलिखित स्वरूपात असतो. सामंजस्य करार.

mercantile agent : व्यापारी प्रतिनिधी.

merchant bank : रोखे/समभागांच्या व्यवहारात पदार्पण करणारी बँक.

merger : विलीनीकरण. दोन किंवा अधिक संस्थांनी एकत्र येऊन एक संस्था बनवणे. Amalgamation.

mezzanine/development capital : प्रस्थापित, नफा मिळवणाऱ्या कंपन्यांनी नवीन प्रकल्पासाठी साहस वित्त पुरवठा करणाऱ्या संस्थेकडून उभारलेले भांडवल.

microinsurance : अंशात्मक विमा. सर्वसाधारण विमा, आयुर्विमा सोडून इतर सर्व प्रकारचा विमा.

minimum capital requirement : भांडवलाची किमान गरज.

minimum commitment charges : समझोता. वचनपूर्तीसाठी आकारले जाणारे किमान शुल्क.

minimum current ratio : एकूण मत्तेशी असणारे प्रवाही मत्तेचे (रोख रकमेचे) किमान प्रमाण.

minimum lease payment : लीजिंगची किमान रक्कम. गुंतवणुकीवरील व्याज, विमा इ. घटकांचा विचार करून ती निश्चित केली जाते. भांडवल भाड्याने देणारा व भांडवल भाड्याने घेणारा या दोघांना कराव्या लागलेल्या खर्चाचा विचार करून ही रक्कम निश्चित केली जाते.

minimum number of shares : समभाग खरेदीसाठी अर्ज करताना मागणी केलेल्या समभागांची किमान संख्या. त्यापेक्षा कमी समभाग मागता येत नाहीत. उदा. अर्ज करताना किमान ५० किंवा त्याच्या पटीत समभागांना मागणी करावी लागते.

minimum reserve : गंगाजळीचे, राखीव निधीचे किमान प्रमाण. हे वसूल भागभांडवलाइतके असणे आवश्यक असते.

minimum subscription : समभागांची किमान विक्री. तेवढीही विक्री न झाल्यास समभाग विक्री रद्द करून गुंतवणूकदारांचे पैसे परत केले जातात.

minor : अल्पवयीन – १८ वर्षांपेक्षा कमी वयाची व्यक्ती Infant.

mint : टांकसाळ, धातूचे चलन. नाणी पाडणारी संस्था.

miscellaneous information system - MIS : विविध प्रकारच्या माहितीचे संकलन करणारी प्रणाली.

misrepresentation : चुकीच्या पद्धतीने बाजू मांडणे.

mistake : चूक.

mobile bank : वाहनातून कार्ये करणारी बँक. ही दररोज व आठवड्यातून वेगवेगळ्या दिवशी वेगवेगळ्या ठिकाणी जाऊन तेथील ग्राहकांना बँकविषयक सेवा देते.

mode : व्यवहाराची पद्धत.

model : आदर्श प्रतिमान.

modern : आधुनिक.

modification and exemptions : दुरुस्ती आणि सूट.

money : पैसा.

money changer/exchanger : एका चलनाच्या मोबदल्यात दुसऱ्या देशाचे चलन देणारा.

money lenders : धनको, कर्ज देणारे, सावकार.

money market : नाणेबाजार. बिले, हुंड्या यांची वटवणूक मागणी कर्जे व अल्पमुदती कर्जे इत्यादींचे व्यवहार होणारा बाजार.

money market mutual funds : नाणेबाजारात विविध प्रकारची अल्पकालीन गुंतवणूक करणारे निधी.

monitoring : संचलन, कार्यान्वित करणे.

monopoly : एकाधिकार. मक्तेदार. प्रतिस्पर्धी नसलेला बाजारातील एकमेव विक्रेता. तो ग्राहकांना वस्तूची आपल्याला हवी असलेली किंमत आकारू शकतो किंवा हव्या त्या अटी घालू शकतो. पर्याय नसल्याने ग्राहकांना त्याच्याकडूनच खरेदी करणे भाग पडते.

monthly : मासिक. दरमहा करण्याच्या गोष्टी.

mortgage - based securitisation : तारण मत्तेवर आधारित कर्जरोख्यांची खरेदी– विक्रीसाठी होणारी निर्मिती.

mortgage : गहाण. कर्ज घेताना ऋणकोने धनकोच्या ताब्यात दिलेली आपल्या स्थावर मत्तेच्या मालकीबाबत असलेली सर्व कागदपत्रे. कर्ज थकल्यास त्यांच्या आधारे धनको कोर्टामार्फत मत्ता जप्त करू शकतो किंवा तिची विक्री करून आपली थकबाकी वसूल करू शकतो.

mortgage deed : गहाण मत्तेविषयीचा करार. धनको व ऋणकोंमध्ये अशा प्रकारचा लेखी व वैध स्वरूपाचा करार होऊन त्यानुसार कर्ज थकल्यास ऋणकोच्या गहाण मत्तेचे सर्व अधिकार धनकोला प्राप्त होतात.

mortgagee : गहाण मत्ता स्वीकारणारा धनको.

mortgagor : मत्ता गहाण ठेवणारा ऋणको.

motivation : प्रवृत्त करणे, प्रेरणा देणे.

motor transport receipt : ग्राहकास उधारीवर विकलेल्या मालाची जेव्हा विक्रेत्यामार्फत ग्राहकाकडे ट्रकने वाहतूक केली जाते तेव्हा वाहतुकीची पावती ही विक्रेता बँकेकडे पाठवतो. त्यात दर्शवलेली रक्कम, कमिशन इ. बँकेत भरल्यानंतरच ग्राहकाला वाहतूक पावती मिळते. त्यानंतर तो आपला माल वाहतूकदाराच्या गुदामातून सोडवून घेऊ शकतो.

movable property : जंगम मत्ता. स्थानांतरित करता येणारी मत्ता.

moratorium : देणे रकमेची परतफेड पुढे ढकलण्याची मिळालेली कायदेशीर संमती.

multi division / multiproduct company : अनेक व्यवसाय करणारी बहुविध उत्पादने निर्माण करणारी व्यवसायसंस्था.

multinational company : बहुराष्ट्रीय कंपनी. एकापेक्षा जास्त देशात उत्पादन, व्यापार इ. व्यवसाय करण्यासाठी आपल्या नियंत्रणाखाली स्वतंत्र कंपन्या स्थापन करणारी किंवा स्वत:च व्यवसाय करणारी संस्था.

multi-party litigation : अनेक व्यक्ती, संस्थांबरोबर उद्भवणारा तंटा.

mutilated : फाटल्यामुळे किंवा प्रचंड खाडाखोड झाल्याने खराब झालेला दस्तऐवज.

mutual fund : म्युच्युअल फंड. सदस्यांकडून भांडवल गोळा करून त्याची गुंतवणूक भांडवलबाजारात विविध प्रकारे करणारी संस्था, बँका, वित्तसंस्था इ. असे फंड्स निर्माण करून भांडवल उभारतात व त्यायोगे मिळणारा नफा सभासदांना वाटतात.

mutual fund schemes, products : गुंतवणूकनिधीच्या विविध योजना.

national apex institution : राष्ट्रीय शिखर संस्था. सर्वोच्च पातळीवर असलेली संस्था.

national bank for agricultural and rural development - NABARD : राष्ट्रीय कृषी व ग्रामीण विकास बँक. स्थापना सन १९८२. शेती व ग्रामीण विकासासाठी अप्रत्यक्ष अर्थसाहाय्य देण्यासाठी सरकारने संसदेत १९८१ मध्ये विधेयक संमत करून ही शिखर बँक स्थापन केली. रिझर्व्ह बँकेचा शेतकी विभाग व शेती कर्जपुरवठा विभाग या बँकेत विलीन करण्यात आला.

national calamities : राष्ट्रीय आपत्ती.

national credit council : राष्ट्रीय पत आयोग. सन १९६७ मध्ये तत्कालीन अर्थमंत्र्यांनी व्यापारी बँकांवर सामाजिक नियंत्रण आणण्याच्या हेतूने २५ सदस्य असणारा हा आयोग स्थापन केला. पुढे बँक राष्ट्रीयीकरणानंतर तो रद्द झाला.

national housing bank : सन १९८७ मध्ये घरबांधणीसाठी अप्रत्यक्ष वित्तपुरवठा करण्यासाठी राष्ट्रीय पातळीवर ही बँक स्थापन झाली.

national institute of bank management - NIBM : स्थापना सन १९६८. बँक व्यवसायाला मार्गदर्शन, समस्यांचे निराकरण व बँकिंग विषयक संशोधन व शिक्षण यासाठी ही संस्था कार्य करते.

national saving certificate : राष्ट्रीय बचत प्रमाणपत्र. केंद्र सरकारचे कर्ज उभारणीचे साधन. लोकांच्या बचतीला प्रोत्साहन देण्यासाठी पोस्टामार्फत या प्रमाणपत्रांची विक्री केली जाते. त्याची मुदत सामान्यत: ७ वर्षांची असून त्यावर नियमित किंवा मुदतपूर्तीनंतर एकत्रित व्याज दिले जाते.

national securities depositories ltd. - NSDL : राष्ट्रीय प्रतिभूती सुरक्षागृह मर्यादित. स्थापना सन १९८२. रोख्यांचे अमूर्तिकरण (Demat) करताना गुंतवणूकदाराजवळील रोख्यांची प्रमाणपत्रे ही संस्था सुरक्षितपणे सांभाळते.

nationalisation : राष्ट्रीयीकरण.

nationalisation of commercial banks : व्यापारी बँकांचे राष्ट्रीयीकरण. सन १९६९ व सन १९८० मध्ये संसदेत कायदा संमत करून सरकारने एकूण वीस बँका सरकारी मालकीच्या बनवल्या.

nature of instrument : दस्तऐवजाचे स्वरूप.

near money (quasi money) : प्रति पैसा, अर्ध पैसा, वैध चलनाचा दर्जा नसलेला तथापि व्यवहारात विनिमयासाठी वापरला जाणारा चेक, ड्राफ्ट, पे ऑर्डर यासारखा बँकनिर्मित पतपैसा.

negative pledge : ऋण (वजा) तारण. कंपनी धनकोकडून कर्ज घेताना जेव्हा कोणतेही तारण ठेवत नाही तेव्हा अन्य कोणाकडूनही कर्ज घेताना पहिल्या धनकोची त्यास संमती घेणे आवश्यक असते.

negligence : निष्काळजीपणा, कर्तव्यातील त्रुटी, हलगर्जीपणा.

negotiability : दस्तऐवजाची व्यवहारपूर्ती.

negotiable instrument : विनिमयक्षम दस्तऐवज. यात विनिमय बिले, वचन चिठ्ठ्या इ.चा समावेश होतो. त्यांचे इतरांकडे हस्तांतरण होऊ शकते.

negotiations : वाटाघाटी, चर्चा करून व्यवहारविषयक निर्णय घेणे.

net asset value - NAV : निव्वळ मत्तामूल्य. एकूण मत्तेच्या बाजारभावानुसार होणाऱ्या मूल्यातून व्यवसायाचा खर्च वजा केला, की एकूण मत्तेचे निव्वळ मूल्य समजते. त्यास गुंतवणूक निधीच्या एकूण भागांनी भागले, की प्रत्येक भागाचे निव्वळ मत्ता मूल्य मिळते.

net gain : निव्वळ प्राप्ती. खर्च वजा जाता होणारी प्राप्ती.

net lease : निव्वळ लीज. यामध्ये सर्व आनुषंगिक खर्च भांडवल भाड्याने घेणारा करतो व ती रक्कम भाड्यात वळती होत नाही.

network banking : बँकांच्या सर्व शाखा व्यवहारासाठी एकमेकांना जोडण्याची प्रक्रिया.

new financial instruments : नवीन वित्तीय दस्तऐवज. व्यापारी प्रपत्रे, सुरक्षित वचन चिठ्ठी, प्रदीर्घकालीन रोखे, ठेव पावत्या इ. विविध दस्तऐवज नव्याने निर्माण झालेले आहेत.

nomination : वारसदाराची नोंदणी.

non applicability : लागू न होण्याची, अंमलबजावणी न होण्याची स्थिती.

non bank financial companies - NBFC : बँकेतर वित्तीय कंपन्या. खासगी क्षेत्रातील या कंपन्या बँकेप्रमाणेच कर्जपुरवठा करतात.

non bank financial institution : बँकेतर वित्तसंस्था. ही बँकेप्रमाणेच गरजूंना कर्जे देते. यावरही मध्यवर्ती बँकेचे नियंत्रण असते. विविध प्रकारची वित्तपुरवठा महामंडळे यात समाविष्ट आहेत.

non banking institution : बँकेतर संस्था. कंपनी कायद्यान्वये लोकांकडून पैसे गोळा करून व्यवसाय करणारी संस्था.

non business day : व्यवहार न होणारा दिवस.

non negotiable : वटवणुकीस अपात्र. हस्तांतरित न होणारे.

non performing asset : अनुत्पादकमत्ता. ज्या मत्तेपासून कोणतीही प्राप्ती होत नाही, अशी थकबाकीदार ऋणकोची तारण मत्ता.

non recourse factoring : कर्जवसुली करणारा जेव्हा स्वत:च नुकसान सोसतो तेव्हा त्यासाठी असलेली संज्ञा. अशा परिस्थितीत कर्जवसुलीचे कमिशन अधिक राहते व ते धनकोला द्यावे लागते.

non recourse finance : ऋणकोवर परतफेडीची जबाबदारी नसलेले कर्ज. ही जबाबदारी ऋणकोबरोबर व्यवहार करणारा घेतो.

non resident indian investor : परदेशात स्थायिक झालेला भारतीय गुंतवणूकदार. विदेशस्थ भारतीय गुंतवणूकदार.

non trading association : व्यवसाय न करणारी संघटना. लोकांचा समूह.

non transferable : अहस्तांतरणीय ज्या मत्तेच्या मालकीचे एकाकडून दुसऱ्याकडे हस्तांतरण होऊ शकत नाही अशी मत्ता.

non-cancellable : रद्द न होणारे, कायमस्वरूपी.

non-convertible : अपरिवर्तनीय. बदल न होणारे. उदा. अपरिवर्तनीय समभागात रूपांतरित न होणारे कर्जरोखे.

normal : सर्वसामान्य स्थितीतील.

norms : नियम, प्रकार, सर्वसामान्य तरतूद. नियम, अटी, रचना, आचारसंहिता.

not negotiable : विनिमय, हस्तांतरण न होऊ शकणारे.

not transferable : अहस्तांतरणीय.

notary public : सार्वजनिक नोटरी. ज्या वकिलाला व्यवहाराची कायदेशीर नोंदणी करणे, प्रमाणपत्रे देणे, शपथेवर नोंदी करून घेणे अशा विविध गोष्टी करण्याचे कायदेशीर अधिकार मिळतात असा वकील.

note issue : कागदी चलन प्रसारात आणण्याची प्रक्रिया.

notice : सूचना.

notice unsigned : स्वाक्षरी नसलेली सूचना.

notification : ज्ञापन. जाहीर करणे.

nursary finance : नवोदित कंपनीला दिले जाणारे कर्ज.

O

object : उद्दिष्ट, हेतू. Objective.

obligation : जबाबदारी, दायित्व.

obligator : दायित्व/जबाबदारी स्वीकारणारा.

observation : निरीक्षण, तपासणीत आढळलेली परिस्थिती.

off shorer : परदेशातील, देशाबाहेरील.

off site monitoring and surveillance - OSMOS : – ऑसमॉस. मध्यवर्ती बँक. बँकेकडून मासिक ताळेबंद, भांडवल पर्यायिता, तिमाही व्यवहारांचे अहवाल, मत्ता मूल्यमापनाचा मासिक अहवाल, मोठ्या प्रमाणात दिलेल्या प्रत्येक कर्जाचा तिमाही तपशील, विविध कर्जव्यवहारांचा तिमाही तपशील, बँकेची रचना व नियंत्रण याविषयीचा सहामाही अहवाल, रोखतेच्या स्वरूपाचा मासिक अहवाल, व्याजदरातील बदलांविषयींचा मासिक अहवाल, विदेश विनिमय करणाऱ्या बँकांच्या व्यवहारांचा मासिक अहवाल, कर्ज व ठेवींच्या मुदतपूर्तीचा मासिक अहवाल, बँकेने इतरांसमवेत केलेल्या सहयोगाचा, दुय्यम कंपन्यांचा तिमाही तपशील, असे विविध अहवालांचे संच दरमहा, तीन महिन्यांनी व सहा महिन्यांनी मागवून घेऊन बँकेच्या कारभाराविषयी दक्षता बाळगते.

off site monitoring : मध्यवर्ती बँकेमार्फत वेळोवेळी होणारी बँकेच्या हिशेबांची तपासणी.

offence : गुन्हा, गैरवर्तन.

offer : प्रस्ताव.

offer : कंपनी देऊ इच्छिणारी गोष्ट.

official liquidator : कायद्याने नियुक्त केलेला अधिकृत विसर्जक.

ombudsman : सरकारी अधिकाऱ्याविषयी जनतेच्या असणाऱ्या तक्रारी स्वीकारून त्यांची चौकशी करून कारवाई करणारा अधिकारी. भारतीय रिझर्व्ह बँकेने सन १९९५ पासून व्यापारी बँकांना ही योजना लागू केली. ग्राहकांच्या सोयीसाठी प्रत्येक बँकेच्या शाखेत अशा अधिकाऱ्याचे नाव व कार्यालयीन पत्ता जाहीर केला जातो.

on account : खातेदाराने आपल्या थकबाकीची अंशत: केलेली परतफेड.

on line : संगणकाद्वारे इंटरनेटचा वापर करण्याची प्रक्रिया.

on site inspection : जागेवर जाऊन केलेली तपासणी.

open cheque : अरेखांकित चेक. याचे पैसे धारकास रोख मिळतात.

open ended : मुदत नसलेले. कायमस्वरूपी राहणारे.

open-ended lease : या लीजमध्ये मुदत पूर्ण झाल्यावर पूर्वीच्याच अटीनुसार भाडेमुदतीत वाढ होते.

opening a crossing : रेखांकन रद्द करून पैसे रोख देण्याची सूचना लिहिणे.

opening an account : बँकेत खाते उघडणे. बँक व ग्राहक यांत संबंध प्रस्थापित होण्यासाठी ग्राहकाचे बँकेत खाते असावे लागते.

operating lease : वास्तव भांडवल भाड्याने देण्याचा व्यवहार.

operation : व्यवहार चालवणे.

operational flexibility : कारभारातील लवचिकता.

operational guidelines : व्यवहारासाठी मार्गदर्शक सूचना.

operational jurisdiction : (ऑपरेशनल ज्यूरिसडिक्शन) व्यवहाराची न्यायालयीन कक्षा.

operational risk : व्यवहारातील जोखीम.

operative limit : व्यवहारासाठी निर्धारित असलेली मर्यादा.

opinion of bank : ग्राहकाविषयीचे बँकेचे मत.

option price : ग्राहक व विक्रेता या दोघांनाही पर्याय असताना दोघांनी एकत्रपणे ठरवलेली अधिमूल्यासह असलेली रोख्यांची किंमत.

options : गुंतवणूकदारास निवडीसाठी असलेले पर्याय. रोखे खरेदी, धारण करणे, विक्री करणे, असे हे पर्याय असतात.

order : हुकूमनामा, आज्ञा, आदेश.

order cheque : या चेकचे पैसे त्यावर ज्याचे नाव असते फक्त त्यालाच ओळख पटवल्यानंतर रोखीने मिळतात.

ordinary : सर्वसाधारण. उदा. Ordinary shares - सर्वसाधारण समभाग.

organisation : संघटना, रचना.

origin : मूळ, प्रारंभ.

outstanding : बराच काळ अस्तित्वात असलेले, वेळेवर तजवीज न झालेले.

outstation cheque : अन्य गावातील चेक.

outword remitance : आयातीच्या संदर्भात इतर देशात पाठवली जाणारी रक्कम.

over : अतिरिक्त. जरुरीपेक्षा जास्त असलेले.

over draft : अधिकर्ष सवलत. चालू खात्यावर असलेल्या शिल्लक रकमेपेक्षा जास्त रकमेचा चेक देण्याची खातेदाराला मिळालेली सवलत. अशा चेकचे पैसे बँक चेक सादर करणाऱ्यास देते व तेवढी अतिरिक्त रक्कम खातेदाराला कर्जाऊ देऊन त्यावर व्याज आकारते. अशा अधिकर्ष सवलतीची मर्यादा बँक व खातेदार यांच्यातील करारानुसार ठरते.

over the counter exchange of India - OTCEI : समभाग/रोख्यांच्या खरेदी-विक्रीसाठी स्थापन झालेला एक बाजार. सामान्यत: नवीन कंपन्यांच्या रोख्यांचे त्यात व्यवहार होतात.

over valuation : खऱ्या मूल्याहून अधिक मूल्य दर्शवणे.

overdue : मुदत उलटून गेलेला, कालबाह्य झालेला दस्तऐवज.

overdue cheque : मुदतबाह्य चेक. चेकवर असलेल्या तारखेपासून सहा महिने उलटून गेलेला चेक. अशा चेकचे पैसे बँक देत नाही.

owner's contribution : मालकाची स्वत: घातलेली रक्कम. बाकीची रक्कम कर्जाऊ मिळते.

ownership : मालकी, स्वामित्व.

pac-man defence : १) ताबा घेऊ पाहणाऱ्या कंपनीने आपल्या कंपनीचा ताबा घेऊ नये यासाठी ती कंपनी ताबा घेऊ पाहणाऱ्या कंपनीचे समभाग खरेदी करून वा अन्य मार्गांनी त्या कंपनीचा डाव उधळून लावणे. २) कंपनीवर अन्य कोणी ताबा मिळवू नये यासाठी कंपनीने अवलंबलेले संरक्षणात्मक डावपेच.

packager : कर्ज देणारा धनको, कर्ज घेणारी लीजिंग कंपनी व त्यायोगे भांडवल खरेदी करून ते भाड्याने ज्याला द्यायचे तो भांडवल भाड्याने घेणारा यांच्यात संपूर्ण व्यवहार घडवणाऱ्यास Packager किंवा Packer असे म्हणतात.

paid cheque : पैसे दिलेला/खात्यात जमा केलेला चेक. चेक मिळाल्यानंतर बँक चेक लिहिणाऱ्या खातेदाराच्या खात्यावर तेवढी रक्कम नावे टाकून चेक भरणाऱ्याच्या खात्यावर ही रक्कम रेखांकित असल्यास जमा करते किंवा अरेखांकित चेकची रक्कम रोख देते. याला चेकचा आदर करणे असे म्हणतात.

paid up capital : वसूल भांडवल. कंपनीला समभागांच्या विक्रीमधून प्रत्यक्षात मिळालेली रक्कम.

paper money : कागदी चलन. नोटा व चेक्स, विनिमय बिले, वचनचिठ्ठ्या इ. पतपैशाला कागदी चलन असे म्हटले जाते; कारण त्याच्या मदतीने विनिमयव्यवहार होतात.

paraph : स्वाक्षरीखाली केलेली विशेष खूण. स्वाक्षरी बनावट नसल्याची खात्री त्यायोगे होते.

parliamentary scrutiny of expenditure : सार्वजनिक खर्चाची संसदीय समितीमार्फत होणारी तपासणी.

part payment : अंशात्मक दिलेली रक्कम. पूर्ण देणे असलेल्या रकमेचा प्रत्यक्षात दिलेला काही भाग.

participation : सहभाग. मोठ्या व्यवहारातील जोखीम विभागणीसाठी अनेक संस्थांनी एकत्र येण्याची प्रक्रिया – Consortium.

particulars : तपशील.

partly convertible debentures : अंशत: परिवर्तनीय कर्जरोखे. रोख्याच्या एकूण मूल्यांपैकी काही मूल्यांचे कंपनीच्या समभागात रूपांतरण केले जाते व बाकीच्या रकमेची कंपनी व्याजासह मुदतीनंतर परतफेड करते.

partner : भागीदार.

partnership : भागीदारी. एकाहून अधिक व्यक्तींनी स्थापन केलेली व्यवसायसंस्था.

pass book : बँक ग्राहकाच्या खात्यावरील जमा झालेल्या व काढलेल्या पैशांचा तपशील दर्शवणारे पुस्तक.

pass through certificates - PTC : राष्ट्रीय गृहनिर्माण बँकेने या प्रकारची प्रमाणपत्रे भांडवल उभारण्यासाठी बाजारात विक्रीसाठी आणली आहेत. ९ वर्षे व १९ वर्षे अशा प्रदीर्घ मुदतीची ही प्रमाणपत्रे असून त्यावर व्याज दिले जाते.

password : गुप्त व्यवहारांच्या संदर्भातील सांकेतिक शब्द.

pay cash : पैसे रोखीने देण्याची सूचना.

pay-order : बँकेने एखाद्या व्यक्तीस पैसे देण्यासाठी केलेली व्यवस्था. त्याच्या नावाने बँक पे-ऑर्डर देते.

payee : रक्कम मिळणारा. लाभधारक चेक, वचनचिठ्ठी, विनिमय बिल, हुंडी इ.ची रक्कम ज्याला मिळते अशी व्यक्ती/संस्था. तिचे नाव दस्तऐवजावर असते किंवा पृष्ठांकन करून तिला पैसे देण्याची सूचना केली जाते.

paying : पैसे देणारा.

pay-in-slip : पैसे भरणा चलन. बँकेतील खात्यात पैसे किंवा चेक इ. जमा करताना सोबत हे चलन भरावे लागते. त्याची Counter slip बँक पैसे मिळाल्याचा शिक्का मारून ग्राहकास पावती दाखल देते.

payment : पैसे देणे.

payment by cheque : रोख रकमेऐवजी तेवढ्या रकमेचा चेक देणे.

payment by installment : हप्त्याहप्त्याने रकमेची परतफेड करणे.

payment in due course : योग्य त्या मुदतीत पैसे देणे.

peak level : सर्वोच्च पातळी. विशिष्ट काळात बँकांचे व्यवहार मोठ्या प्रमाणात होतात.

penal : दंडात्मक कृती.

penalisation : दंड/जास्तीची रक्कम आकारणे.

penalty : दंड म्हणून आकारलेली रक्कम.

per procurationem (per pro) : जेव्हा खातेदाराच्या वतीने स्वाक्षरी करण्याचा अधिकार त्याच्या प्रतिनिधीला मिळतो तेव्हा ही संज्ञा वापरली जाते.

percentage : शेकडा प्रमाण.

performance : कारभार.

performance bond : बाँडधारकास बाँड विकणारी व्यवसायसंस्था ही विशिष्ट गोष्टी पूर्ण केल्या जातील अशी करारान्वये हमी देते. अटी पूर्ण न झाल्यास बाँडधारकास अतिरिक्त रक्कम मिळू शकते.

period : मुदत, कालावधी.

periodicity of inspection : तपासणीची वारंवारिता.

permanent account number - (PAN) : प्राप्तीकर खात्याकडून व्यक्तीला मिळणारा कायमस्वरूपी ओळख क्रमांक. प्राप्तीकरदाता असो किंवा नसो काही व्यवहारात PAN नंबर देणे आवश्यक असते.

permission : परवानगी, अनुज्ञा.

personal guarantee : व्यक्तिगत हमी.

personal identification number - PIN : १) ग्राहक कार्ड धारकास बँकेने ओळख पटवण्यासाठी दिलेला क्रमांक. ग्राहकास तो गुप्त ठेवणे आवश्यक असते. २) ATM सुविधा घेणाऱ्या धारकास कार्ड देताना बँक किंवा कार्ड देणारी कंपनी हा नंबर देते. पैसे काढण्यासाठी PIN नंबरचा वापर करणे अपरिहार्य असते. प्रत्येक ग्राहकाचा PIN हा स्वतंत्र असतो. त्यामुळे इतरांना ATM कार्डाचा वापर करणे शक्य होत नाही.

phenomenon of sickness : व्यवसायसंस्थेच्या आजारपणाचे निकष.

planning commission : योजना आयोग.

pleading : बाजू मांडणे.

pledge : तारण. कर्ज घेताना जंगम मत्ता ही ऋणको धनकोच्या ताब्यात देतो. कर्जाची सव्याज परतफेड झाल्यानंतर धनको ही मत्ता ऋणकोला परत देतो.

poison pill : कंपनी अन्य कोणी ताबा मिळवू नये यासाठी कमी दर्शनी मूल्याचे प्राधान्यीकृत समभाग समभागधारकांना विकून भांडवलाचा पाया विस्तृत करते.

poison put : कंपनी इतर कोणी ताबा मिळवू नये म्हणून आकर्षक व्याजाचे रोखे बाजारात विकते. त्यामुळे ताबा मिळवू इच्छिणाऱ्याचे स्वारस्य कमी होते.

policy : धोरण. (विमा) पॉलिसी.

popularise : लोकप्रिय करणे.

portfolio managers : गुंतवणूक व्यवस्थापक. विविध प्रकारच्या मत्तांमध्ये पैशांच्या गुंतवणुकीचे विविधीकरण करून गुंतवणूकदाराचे हितसंबंध सुरक्षित राखणारे व्यावसायिक व्यवस्थापक.

position : स्थिती.

possession : ताबा, ताब्यात घेणे.

post dated cheque : आज पुढील तारखेचा दिलेला चेक, खातेदार असा चेक आपल्या सोयीसाठी दुसऱ्यास देतो. मात्र, त्यावरील तारखेपूर्वी असा चेक बँकेकडे वसुलीसाठी पाठवता येत नाही. तसे झाल्यास बँक चेक परत पाठवू शकते.

post office saving bank : पोस्टातील बचत बँक. पूर्वी बँकांच्या ज्या गावात शाखा नसत तेथील जनतेला बचतीसाठी पोस्ट ऑफिसमार्फत सरकार अशा बचत बँका पोस्टातच उघडत असे. तेथे लोकांना पैसे जमा करता आणि काढता येत असत. आजही या बँका अस्तित्वात आहेत.

post utilisation : कर्ज घेतल्यानंतर त्याचा केला जाणारा विनियोग.

post-issue obligations : समभाग विक्रीनंतरच्या जबाबदाऱ्या विक्री करणाऱ्या कंपनीने करावयाच्या गोष्टी.

potential : भविष्यातील लाभता.

power : अधिकार, सामर्थ्य.

power of attorney : एका व्यक्तीने लेखी करारान्वये दुसऱ्या व्यक्तीला आपल्या वतीने व्यवहार करण्याचा दिलेला अधिकार पहिली व्यक्ती लेखी स्वरूपात योग्य त्या स्टॅम्पपेपरवर आपली स्वाक्षरी, नोंदणी, सील करून हा अधिकार दुसऱ्या व्यक्तीला तात्पुरता किंवा कायमस्वरूपी देते.

practice : व्यवहार.

pre issue management : समभाग विक्रीपूर्व व्यवस्थापन.

preamble : प्रस्तावना. यात आवश्यकता, स्वरूप इ. गोष्टी मांडल्या जातात.

precaution : खबरदारी, सावधगिरी.

precise : आटोपशीर, मुद्देसूद, थोडक्यात केलेले विवेचन.

preferance : प्राधान्य, अग्रक्रम.

preferancial issue : १) विशिष्ट समूहांना प्राधान्य असलेली समभाग विक्री. २) प्राधान्यीकृत रोखे विक्री. यात आधीच्या समभागधारकांना रोखे हे प्राधान्य देऊन देण्यात येतात.

preference shares : प्राधान्यीकृत समभाग. लाभांश वाटपात प्राधान्य दिले जाणारे समभाग.

premium : समभागांच्या दर्शनी किमतीपेक्षा अधिक किंमत.

preparation : तयारी करणे.

pre-registration : नोंदणीपूर्व, नोंदणी करण्याआधी.

present : वर्तमानकालीन, आजची स्थिती.

presentation : सादरीकरण.

presentment : समोर आणणे.

preserve : सुरक्षित ठेवणे, सांभाळणे.

preshipment credit : निर्यातीच्या संदर्भात निर्यातदारास निर्यात करण्यापूर्वी प्राप्त झालेले कर्ज. बँक, वित्तसंस्था किंवा आयातदार असे कर्ज देतात.

president : अध्यक्ष. संस्थेवर नियंत्रण ठेवणारा.

presiding officer : कार्यवाही करणारा अधिकारी.

presume : गृहीत धरणे.

price band : किंमतपट्टा. कमाल किंमत व किमान किंमत या दरम्यान हा पट्टा तयार होतो.

pricing : मूल्य निर्धारण, मूल्य ठरवणे.

pricing norms : मूल्य ठरवण्याचे निकष.

pricing of banking products : बँकिंग व्यवसायातील सेवांचे आकार/मूल्य ठरवणे. उदा. हुंड्यावरील कसर, चेकवसुली शुल्क, हमीसाठी आकार इ.

pricing of shares : समभागांची मूल्यनिश्चिती, दर्शनी किंमत, विक्री करताना आकारण्याचे आधिक्य, लिलावाद्वारे ठरलेले मूल्य, इ. विविध प्रकारांचा यात समावेश होतो.

prima facie : प्रथमदर्शनी दस्तऐवजाची तपासणी करताना ध्यानात आलेला आशय.

primary market : प्राथमिक बाजार.

primary market structure / organisation : रोखेबाजाराची प्रारंभिक विक्रीसाठी असलेली रचना, संघटना. यात रोख्यांचे विश्वस्त, दलाल, मर्चंट बँकर्स, विक्रीसाठी असलेले व्यवस्थापक, निबंधक, पैसे जमा करणाऱ्या बँका, अभिगोपन करणारे वगैरेंचा समावेश होतो.

primary period : प्राथमिक कालावधी. लीजिंग व्यवहाराची ठरलेली मुदत. त्या काळात लीज व्यवहार रद्द होऊ शकत नाही.

primary societies : प्राथमिक पातळीवरील (सहकारी) संस्था.

prime lending rate : कर्जावरील व्याजाचा मूलभूत दर बाकीचे व्याजदर हे या दरावर आधारित असतात.

principal debtor : प्रमुख ऋणको.

priority : अग्रक्रम देणे/प्राधान्य देणे.

priority of charge : बोझ्याबाबत असणारा अग्रक्रम. प्रथम-दुसरा....

priority sector : प्राधान्य दिलेले क्षेत्र.

private limited company : खासगी मर्यादित कंपनी. भागधारकांच्या मर्यादित दायित्वाच्या तत्त्वानुसार स्थापन झालेली कमाल ४९ भागधारक ठेवणारी कंपनी.

private placement : समभागांची खासगी-मर्यादित गुंतवणूकदारांना होणारी विक्री.

private sector : खासगी क्षेत्र. व्यक्तिगत किंवा व्यक्तिसमूहाच्या मालकीचे. सर्व व्यवसाय खासगी क्षेत्रात येतात. त्यात एका व्यक्तीच्या मालकीचा भागीदारी, संयुक्त भांडवली संस्था, सहकारी संस्था, संयुक्त हिंदू कुटुंब अशा सर्व संस्थांमार्फत केले जाणारे व्यवसाय समाविष्ट होतात.

prize : बक्षीस.

probate : कोर्टासमोरील पुरावा (मृत्युपत्राबाबत).

procedure : कार्यपद्धती.

proceeding : वृत्तांत.

process : प्रक्रिया, कारवाई.

production : १) उत्पादन. वस्तू वा सेवांची निर्मिती. २) पुढे आणणे, सादर करणे, दाखल करणे. उदा. Production of passbook for withdrawal.

professional : व्यावसायिक स्वरूपाचे.

profit and loss statement : नफा-तोटा पत्रक.

proforma : नमुना.

programme : कार्यक्रम.

prohibition : मनाई, प्रतिबंध. परवानगी न देणे.

project : प्रकल्प.

project appraisal : प्रकल्प मूल्यमापन. वित्तसंस्था ही तांत्रिक, आर्थिक, व्यावहारिक, व्यवस्थापकीय इ. दृष्टिकोनातून कर्ज देण्यापूर्वी प्रकल्पाचे मूल्यमापन करते.

project finance : प्रकल्पासाठी वित्तपुरवठा.

project proposal : प्रकल्पविषयक प्रस्ताव.

projection : भविष्यकालीन अंदाज.

promissory note : वचनचिठ्ठी. ऋणकोने धनकोला कर्जाच्या सव्याज परतफेडीबद्दल दिलेले लेखी वचन.

promoter : प्रवर्तक. कंपनी स्थापन करणारा.

promoter's contribution : समभाग भांडवलातील प्रवर्तकांचा हिस्सा.

promotion : प्रोत्साहन देणे.

promotion of banking services : बँकिंग सेवा अधिकाधिक ग्राहकांपर्यंत पोचवण्याची प्रणाली. संपर्क माध्यमांचा अवलंब.

prompt : तत्काळ, जलद.

proper : उचित, योग्य.

property : मालमत्ता.

propoganda : प्रचार, जाहिरात.

proposal : प्रस्ताव.

proposed amendment : प्रस्तावित दुरुस्ती.

prosecution : कायदेशीर कारवाई. खटला दाखल करणे.

prospectus : माहितीपत्रक. समभाग विक्री करताना हे पत्रक गुंतवणूकदारांना द्यावे लागते.

protection : संरक्षण.

protracted : मुदतबाह्य.

provision : तरतूद, पुरवणे.

prudential : सुज्ञपणाचे, विचारपूर्वक केलेले.

public : सार्वजनिक, सरकारच्या मालकीचा.

public deposits : कंपनीने जनतेकडून घेतलेल्या ठेवी. त्या असुरक्षित असतात व अल्पमुदतीसाठी असतात. (१ ते ३ वर्षे)

public holidays : सार्वजनिक सुट्ट्यांचे दिवस. रविवार आणि शासनाने जाहीर केलेले असे सर्व दिवस. या दिवशी सर्व कार्यालये बंद असतात.

public issue : समभागांची सार्वजनिक – जनतेसाठी विक्री करणे.

public sector enterprise : सार्वजनिक क्षेत्र उद्योग. सरकारच्या मालकीच्या सर्व उद्योगांचा, आस्थापनांचा त्यात समावेश होतो. मूलभूत उद्योग, अवजड उद्योग,

सार्वजनिक सेवा उद्योग, पायाभूत सोयी–सुविधा उद्योग, भांडवलनिर्मिती उद्योग, शेती व्यवसायास उपयुक्त उद्योग असे विविध उद्योग सार्वजनिक क्षेत्रात असतात. तसेच शिक्षण, आरोग्यविषयक सोयी–सुविधा, धरणे बांधणे इत्यादी विविध गोष्टीही सरकार निर्माण करते.

public service commission : सार्वजनिक सेवा आयोग.

public utilities : सार्वजनिक सेवा निर्माण करणारे उद्योग. उदा. रेल्वे, टपाल व तारखाते, वीजपुरवठा, पाणी पुरवठा इ.

publication : प्रसिद्ध करणे.

punishment : शिक्षा.

purchase : खरेदी.

Q

qualification : पात्रता. पूर्ततेसाठी आवश्यक अटी.

quality : गुणवत्ता.

quarterly : त्रैमासिक.

quasi permanent : जवळजवळ कायमस्वरूपी.

quick assets : प्रवाही मत्ता. ज्यायोगे तत्काळ रोखता उभारता येते अशी मत्ता.
Current assets.

railway receipt : रेल्वेची मालवाहतूक पावती. विक्रेता ही रेल्वेची पावती ग्राहकाच्या बँकेला पाठवतो. बँक विक्रेत्याची एकूण रक्कम ग्राहकाकडून घेऊन मगच त्याला ही पावती देते. स्टेशनमध्ये ही पावती दिल्यानंतरच ग्राहकाच्या ताब्यात माल मिळतो.

range of services : सेवाक्षेत्र. विविध प्रकारच्या सेवा.

ratification : संमती, दुजोरा.

ratio : गुणोत्तर. दोन घटकांचे परस्पर प्रमाण.

rationale : भूमिका, मागील विचार.

rationalisation : पुनर्रचना, वाजवीकरण. उत्पादनखर्च घटवून नफा वाढवण्यासाठी अवलंबले जाणारे विविध मार्ग.

rear end loading : लीजिंगचे भाडे आरंभी कमी असून अखेरच्या टप्प्यात भाडे अधिक होते, असा लीजिंगचा प्रकार.

reasonable : योग्य, पुरेसा.

reasonable time : रास्त मुदत.

reasons : कारणे.

recapitalisation : पुनर्भांडवलीकरण.

receipt : पावती, प्राप्ती पोच.

receiver : ताब्यात घेणारा, स्वीकारणारा.

recognise : दखल घेणे, नोंद घेणे.

recognition : मान्यता, संमती.

recommendation : शिफारस. सूचना करणे.

reconceliation : आढावा, वेळोवेळी तपासणे. तडजोड घडवणे.

record : नोंदवही.

recourse factoring : कर्ज वसुली सेवेत जेव्हा ऋणकोने पैसे न दिल्यामुळे वसूल करणाऱ्याचे होणारे नुकसान धनको भरून देतो तेव्हा त्यासाठी असलेली संज्ञा.

recovery : वसुली, परत मिळवणे.

recovery proceedings : वसुलीची कार्यपद्धती.

recruitment : नोकरभरती.

rectification : दुरुस्ती.

recurring deposit : आवर्ती ठेव हप्त्याहप्त्याने गोळा होणारी ठेव.

red clause : लाल रंगात मुद्रित केलेला मजकूर. निर्यातदाराला कर्ज देताना संबंधित कागदपत्रांवर त्याचे नाव, त्याला पैसे मिळण्याच्या वेळी बँकेच्या कर्ज व व्याजाच्या रकमेची आगाऊ वजावट इ. गोष्टी लाल रंगात मुद्रित केल्या जातात.

redemption : मुदतपूर्ती. Maturity.

rediscounting : फेरवटवणूक. बँकेने एकदा वटवलेल्या बिलाची मध्यवर्ती बँक फेरवटवणूक करून बँकेस अर्थसाहाय्य देते.

redressal : निवारण करणे. गाऱ्हाणे जाणून त्यावर उपाययोजना करणे.

redressal of grievences : गाऱ्हाणी सोडवणे.

reducing : कमी करणे, घटवणे.

refer to drawer : अनादर केलेले चेक, बिलाबाबत बँकेने केलेली सूचना 'लिहिणाऱ्याकडे चौकशी करा.'

reference : संदर्भ, ओळख.

refinance : पुनर्वित्त पुरवठा.

refinance rate : पुनर्वित्तपुरवठ्यासाठी आकारला जाणारा व्याजदर.

reforms : सुधारणा, दुरुस्त्या.

refund : भरपाई रक्कम.

refusal : नकार देणे, न स्वीकारणे.

regional imbalance : प्रादेशिक असमतोल. काही प्रदेशांचा विकास तर इतर प्रदेश मागासलेले अशी स्थिती.

regional rural bank : प्रादेशिक ग्रामीण बँक. अल्पभूधारण व ग्रामीण कारागीर व व्यावसायिक यांना अर्थसाहाय्य देण्यासाठी राष्ट्रीयीकृत बँकेने स्थापन केलेली

स्वतंत्र बँक. सरकारने १९७६ मध्ये कायदा करून अशा बँकांना मान्यता दिली.

register : नोंदवही.

registered company : कंपनी कायदा १९५६ अन्वये नोंदणी झालेली संयुक्त भांडवली कंपनी.

registrar : निबंधक, सचिव.

registration : नोंदणी करणे.

regular : नियमितपणाने पूर्तता करणारा.

regulate : नियंत्रित करणे.

regulation : नियम व नियंत्रण.

rehabilitation : पुनर्वसन. व्यवसायाच्या आर्थिक परिस्थितीत सुधारणा.

reinsurance : पुनर्विमा. विशिष्ट मुदतीच्या विमा पॉलिसी पुन्हा पुन्हा घ्याव्या लागतात. उदा. एका वर्षापुरती हमी घेणाऱ्या योजना. दरवर्षी या पॉलिसीज नव्याने घ्याव्या लागतात.

reinvestment : फेरगुंतवणूक, पुनर्गुंतवणूक.

rejection : नाकारणे, नकार देणे.

relationship : संबंध.

relaxation : शिथिलीकरण. निर्बंध उठवणे, कमी करणे.

release : भाडेखरेदी कराराची मुदत संपल्यानंतर लीजरने लीजीला दिलेले भांडवल हस्तांतरण पत्र. त्यायोगे लीजी हा भांडवलाचा मालक बनतो.

reliable : विश्वासार्ह.

rematerialisation : अमूर्त समभाग/रोख्यांचे अमूर्तीकरण रद्द करून पूर्वीच्या प्रमाणपत्रात रूपांतरण करणे.

remedy : उपाय, मार्ग.

remittance : रक्कम जमा करणे, भरणे.

removal : काढून टाकणे, नियुक्ती रद्द करणे.

remuneration : मोबदला, बिदागी.

renewal : पुनरुज्जीवन.

reorganisation : पुनर्रचना.

repatriation : पैसे अन्य देशात तेथील चलनात पाठवणे.

repayment : परतफेड करणे.

repeal : उठवणे, रद्द करणे.

report : अहवाल.

repurchase option of security - REPOS : रोखे विकणारा मुदत पूर्तीनंतर रोख्यांची फेरखरेदी करतो. मुख्यत: सरकार ट्रेझरी बिलांची विक्री करताना या पर्यायाचा अवलंब करते. फेरखरेदीचा पर्याय असलेली रोखे विक्री.

required amount of credit : कर्जाची आवश्यक असलेली रक्कम.

requisition : मागणी करणे.

reservation : राखून ठेवणे.

Reserve Bank of India - RBI : भारतीय रिझर्व्ह बँक. स्थापना १९३७. मध्यवर्ती बँकेची सर्व कार्ये करणारी बँक. १९४९ मध्ये राष्ट्रीयीकरण झाले.

reserve fund : राखीव निधी.

residual : उर्वरित, बाकी, शिल्लक.

residual dependence : लीजिंगची मुदत संपल्यावर लीजरला परत मिळालेल्या भांडवलाचे निव्वळ मूल्य.

residual insurance : लीजरला परत मिळालेल्या भांडवलाच्या निव्वळ मूल्यानुसार विमा कंपनीने लीजरला देऊ केलेली किमान रक्कम. त्यासाठी लीजर विमा कंपनीकडे भांडवलाचा विमा उतरवतो.

residuary powers : उर्वरित गोष्टींबद्दलचे अधिकार.

resources :साधनसामुग्री (बँकेचे), भांडवल. Funds.

responsibility : जबाबदारी.

restrictions : निर्बंध, मर्यादा.

restrictive trade practices : निर्बंधित व्यापारी गैरव्यवहार.

retention of oversubscription : विक्रीसाठी ठरवलेल्या समभागांना त्याहून अधिक प्रमाणात मागणी आल्यास त्याद्वारे मिळणारी अतिरिक्त रक्कम परत न करता समभागांची संख्या वाढवून सर्वांनाच समभागांची विक्री करणे.

retirement : निवृत्ती.

return : मोबदला, परत करणे.

revaluation : पुनर्मूल्यांकन, फेर मूल्यांकन.

revenue : प्राप्ती, महसूल.

revenue budget : महसुली अंदाजपत्रक.

review : पुनरावलोकन.

revision : सुधारणा, दुरुस्ती.

revocation : अधिकार परत घेणे, परत बोलावणे.

revolving : पुनरुद्भावी.

right : हक्क, अधिकार.

right of stoppage : स्थगनाधिकार, रोखून धरण्याचा अधिकार.

rights issue : समभागांची हक्क विक्री. या विक्रीसाठी फक्त पूर्वी असलेल्या समभागधारकांना हक्क दिला जातो.

risk : जोखीम, व्यवहारातील धोका.

risk assets ratio : एकूण मत्तेशी जोखीमयुक्त मत्तेचे गुणोत्तर.

risk management : जोखमीचे व्यवस्थापन.

risks weight : जोखमीचा भार.

role : भूमिका, महत्त्व.

rollover : गुंडाळणे, थांबवणे.

rule : नियम.

rural : ग्रामीण, खेड्यातील.

rural credit : ग्रामीण भागातील पतपुरवठा.

rural infrastructure development fund : ग्रामीण पायाभूत सोयीसुविधा विकास निधी.

safe custody : सुरक्षा गृह.

safe deposit vault : सुरक्षाखण.

safeguard : सुरक्षित ठेवणे, काळजी घेणे.

safety net : सुरक्षा जाळी. गुंतवणूकदारांचे नुकसान कमी होण्यासाठी केलेली व्यवस्था.

salary earners societies : पगार/वेतन धारकांच्या (सहकारी) संस्था.

sale : विक्री.

sale and lease back : विक्री पश्चात मत्ता भाड्याने घेणे. यामध्ये मत्तेचा मालक मत्तेची विक्री करतो. त्यानंतर तीच मत्ता विक्रेत्याकडून भाड्याने घेतो.

sale of assets : मत्तेची विक्री.

sales aid lease : विक्रीपूरक लीजिंग – यात उत्पादक स्वत:च मालाचा अधिक उठाव होण्यासाठी उत्पादन भाड्यानेही देतो.

salient features : ठळक वैशिष्ट्ये.

sanction : मंजुरी, निर्बंध.

satisfactory : समाधानकारक.

saving bank : बचत बँक. लोकांना बचतीसाठी प्रोत्साहन देणारी बँक.

savings account : बचत खाते. यात पैसे कितीही वेळा भरता येतात. मात्र पैसे काढण्याबाबत बँकेची बंधने असतात.

scheduled Bank : अनुसूचित बँक. रिझर्व्ह बँकेने ठरवलेल्या भांडवल आणि व्यवहारविषयक अटी पूर्ण करणारी बँक. तिचे नाव रिझर्व्ह बँक आपल्या सूचीत समाविष्ट करते.

scheme : योजना.

scope : कार्यक्षेत्र, व्याप्ती.

scrutiny : परीक्षण, तपासणी.

search warrant : शोध घेण्याबाबतचा न्यायालयीन हुकूम.

second charge : अतिरिक्त बोझा, दुसऱ्या मत्तेवरील जास्तीचा अधिकार.

second round financing : पुढील टप्प्यात केलेला साहस वित्तपुरवठा. Laterstage financing.

secondary market : दुय्यम बाजार समभाग, रोख्यांच्या दैनंदिन उलाढाली करणारा बाजार.

secondary period : लीजिंगचा अतिरिक्त कालावधी. पहिली मुदत संपल्यानंतर अधिक काळासाठी मत्ता भाड्याने दिली जाते. या काळात तुलनेने कमी भाडे आकारले जाते.

secracy : गुप्तता.

sector : क्षेत्र, विभाग.

secured credit : तारणयुक्त कर्ज, सुरक्षित कर्ज, विनाजोखीम कर्ज, Secured debt.

secured premium notes : सुरक्षित अधिमूल्य धारक रोखे. या रोख्यांच्या विक्रीसाठी मत्ता तारण ठेवली जाते. त्यावर व्याज नसले तरी मुदतपूर्तीनंतर अधिमूल्यासह रक्कम परत केली जाते. तसेच समभाग खरेदीची कुपन्स, वॉरंट्स या रोख्यांसोबत जोडली जातात.

Securities and Exchange Board of India - SEBI : भारतीय प्रतिभूती व विनिमय मंडळ – स्थापना सन १९९२. भारतीय रोखेबाजारावर योग्य प्रकारे नियंत्रण ठेवण्यासाठी सरकारने स्थापन केलेली यंत्रणा.

securitisation : द्रवता नसलेल्या मत्तेचे विनिमय योग्य अशा समभाग/रोख्यांत केलेले रूपांतरण. उदा. इमारत/जमीन इ. तारणाधारित रोखे.

securitisation structure : समभाग, रोखे इ. प्रपत्रांवर आधारलेली भांडवल रचना.

security : तारण. ऋणकोने कर्ज घेताना तारण म्हणून बँकेच्या ताब्यात दिलेली मत्ता.

security rating : समभाग व रोख्यांचे मूल्यांकन.

seed capital : सुशिक्षित बेरोजगारांना स्वयंरोजगारासाठी सरकारने दिलेले अनुदान. बँकांनी दिलेल्या कर्जापैकी ज्या मुद्दलाची परतफेड करावी लागत नाही कारण ती रक्कम सरकार देते त्याला 'बीज भांडवल' असे म्हणतात.

seizure : जप्ती, ताब्यात घेण्याची पद्धती.

selective credit control : वेचक पतनियंत्रण. विशिष्ट कारणापुरते/क्षेत्रापुरते मर्यादित असलेले पतनियंत्रण.

self employment : स्वयंरोजगार. नोकरीऐवजी स्वतःचा व्यवसाय सुरू करणे.

sell : विक्री करणे.

semi urban : अर्धनागरी, छोट्या शहरामधील.

separate : वेगळा, स्वतंत्र.

separating NPAS : अनुत्पादक वित्तीय मत्ता वेगळी दर्शविणे.

server : सर्व संगणकीय व्यवहारांत समन्वय साधणारा संगणक.

service : सेवा. बँकेची भूमिका, व्यवसाय नसून वित्तीय सेवा पुरवणारी संस्था.

setoff : काढून टाकणे, फेररचना करणे.

setting up : उभारणी, निर्मिती, स्थापन करणे.

settlement : तडजोड, समझोता, निवारण.

settlement of future contracts : बदला व्यवहार/वायदे व्यवहारांची पूर्तता.

share : हिस्सा, समभाग.

share capital : भाग भांडवल. समभाग विक्रीद्वारा उभारलेले भांडवल.

share certificate : समभागांचे प्रमाणपत्र.

share transfer agent : समभाग हस्तांतरणासाठी नेमलेला प्रतिनिधी.

short term : अल्पमुदत सुमारे ३ ते १५ महिन्यांचा कालावधी.

sick unit : आजारी संस्था. सतत ७ वर्षे किंवा त्याहून अधिक काळ व्यवसायात सतत वाढता तोटा दर्शवणारी संस्था.

sign : चिन्ह, खूण, संकेत.

signature : स्वाक्षरी, सही.

significance : महत्त्व.

simplification : सुलभीकरण. पद्धत समजेल अशी सोपी करणे.

single investor lease : या लीजिंग व्यवहारात भांडवल भाड्याने देणारा Lessor असे दोनच पक्ष असतात.

skipped payment lease : या लीजमध्ये भांडवल भाड्याने घेणाऱ्यास जेव्हा व्यवसाय बंद राहतो तेव्हा भाडे न देण्याची सूट मिळते. हंगामी स्वरूपाच्या उद्योगांना अशी सवलत सोयीस्कर ठरते.

small : लहान, लघु.

small industries development bank of India - SIDBI : भारतीय लघुउद्योग विकास बँक. भारतीय औद्योगिक विकास बँकेने भारतातील लघुउद्योगांच्या विकासासाठी अर्थसाहाय्य व मार्गदर्शन करण्यास ही दुय्यम बँक स्थापन केली.

small scale industry - SSI : लघुउद्योग. रुपये ५ कोटींपेक्षा कमी गुंतवणूक असणारा उद्योग. यांत लघुत्तम उद्योग, कुटिरोद्योग, ग्रामीण उद्योग समाविष्ट आहेत.

smart card : विशेष स्वरूपाचे विविध व्यवहारांसाठी उपयोगी पडणारे ओळखपत्र.

smooth : विनाअडथळा, सहजपणे कार्य करणारा.

social control : बँकांवरील सामाजिक नियंत्रण.

social cost - benefits analysis : सामाजिक खर्च व लाभ यांनुसार विश्लेषण. पर्यावरणाचा ऱ्हास. प्रदूषण यासारख्या उपद्रवकारक बाबी म्हणजे सामाजिक खर्च व रोजगारनिर्मिती, आर्थिक विकास, राहणीमानात वाढ यांसारख्या गोष्टी म्हणजे समाजाला मिळणारे लाभ. या सर्वांचा विचार करून केलेले विश्लेषण.

social welfare scheme : समाज कल्याण योजना.

society for worldwide interbank financial telecommunication - SWIFT : जागतिक आंतरबँक वित्तव्यवहारविषयक पूर्तता करणारी संस्था. भारताने या संस्थेचे १९९१ मध्ये सदस्यत्व घेतले. भारतातील ४१ बँका त्यात सहभागी झाल्या. आंतरराष्ट्रीय पातळीवर पैशांची देवाण–घेवाण तत्काळ होण्याच्या संदर्भात ही संस्था इंटरनेटचा वापर करून व्यवहार तत्काळ पूर्ण करते.

software : संगणकासाठी बनवलेल्या कार्यक्रमांसाठी वापरली जाणारी संज्ञा.

sound bank : सुदृढ भक्कम आर्थिक पाठबळ असलेली बँक.

sources : स्रोत, मार्ग.

special : विशेष.

special crossing : विशिष्ट रेखांकन. यात दोन समांतर तिरप्या/उभ्या रेषांच्या दरम्यान पैसे जमा करण्याबाबत विशिष्ट अटी नोंदवल्या जातात. बँकेला त्यांची पूर्तता करावी लागते.

specific : विशिष्ट. त्या क्षेत्रापुरते मर्यादित.

specimen : नमुना.

speedy disposal : शीघ्र विल्हेवाट.

spirit : आशय, उत्साह.

spot price : तत्कालीन किंमत. व्यवहार झाला ती किंमत.

squeeze : घटवणे, कमी करणे.

stabilisation : स्थिरीकरण.

stability : स्थैर्य.

staff : कुशल कर्मचारी/अधिकारी वर्ग.

stale : मुदत उलटून गेलेला, कालबाह्य.

stamp : शिक्का, मुद्रा, तिकीट (पोस्टाचे, महसुली).

stamp duty : मुद्रांक शुल्क.

standard : प्रमाणित, परिमाण.

standing committee : कार्यकारी समिती.

standing instructions : कायमस्वरूपी सूचना.

start up financing : साहसवित्त पुरवठा करताना त्यायोगे उत्पादनाचा आरंभ होण्याची स्थिती.

state : अवस्था, परिस्थिती, राज्य.

state financial corporations : राज्य वित्त महामंडळे. १९५१ च्या कायद्यान्वये राज्यांना औद्योगिक वित्तपुरवठा महामंडळे स्थापन करण्यास केंद्र सरकारने संमती दिली. त्यानुसार विविध राज्यात दीर्घमुदती औद्योगिक वित्तपुरवठा करण्यासाठी राज्य सरकारच्या मालकीची महामंडळे स्थापन झालेली आहेत.

statement : पत्रक.

statutory : शासकीय. सरकारने ठरवलेला.

statutory liquidity ratio - SLR : शासन निर्धारित रोखता प्रमाण/गुणोत्तर. सरकारने कायद्यानुसार ठरवलेले एकूण ठेवींशी असलेले रोख रकमेचे प्रमाण.

stepped rental : लीजिंग व्यवहारात वेगवेगळ्या कालावधीत आकारली जाणारी भाड्याची वेगवेगळी रक्कम.

stock broker : रोखेदलाल. ग्राहकांसाठी कमिशन घेऊन समभाग/रोख्यांची खरेदी-विक्री करणारा मध्यस्थ.

stock exchange : समभाग/रोखे विनिमय बाजार.

Stock Holding Corporation of India Ltd. - SHCIL : भारतीय रोखे धारक महामंडळ लि. रोखेबाजारातील समभाग रोख्यांचे अमूर्त व्यवहार होण्यासाठी ग्राहकांजवळील प्रमाणपत्रे स्वीकारून ती सुरक्षित ठेवणारे व खरेदी-विक्रीच्या व्यवहारांची पत्रके ग्राहकांना देणारी संस्था. प्रवर्तक भारतीय औद्योगिक विकास बँक.

stock inspection : तारणमालाची तपासणी.

stock market : समभाग/रोखे बाजार यात कंपन्यांचे समभाग, सरकारी व कंपन्यांचे कर्जरोखे यांच्या रोखीच्या खरेदी–विक्रीचे तसेच भविष्यकालीन खरेदी–विक्रीचे वायदेव्यवहार होतात.

stock market price data : समभागांच्या या आधीच्या बाजारभावांच्या संदर्भातील विस्तृत आकडेवारी.

stop order : खातेदाराने बँकेला चेकचे पैसे न देण्याविषयी काढलेली स्थगिती सूचना.

stop payment : चेकचे पैसे बँकेने धारकास देऊ नयेत यासाठी दिलेली सूचना.

streamlining : पद्धत सुरळीत करणे, अडथळे दूर करणे.

strike price : पर्याय करारात उल्लेख केलेली समभागांची भविष्यकालीन किंमत.

stripped debt : भांडवल भाड्याने देणाऱ्याने त्यासाठी घेतलेले कर्ज.

structure : रचना.

study group : अभ्यास गट.

sub broker : दलालाने नियुक्त केलेले उपदलाल. आपला व्यवसाय वाढवण्यासाठी मुख्य दलाल कमिशनवर इतरत्र उपदलालांची नियुक्ती करतो.

subjudice : न्यायालयात गेलेले प्रकरण, दाखल केलेली फिर्याद.

submission : पूर्तता, देणे.

subrogate : पर्यायी व्यवस्था करणे.

subscribed capital : विक्री झालेल्या समभागातून उभारलेले भांडवल.

subsidiary company : एका कंपनीने स्थापन केलेली तिच्या नियंत्रणाखालील दुसरी/दुय्यम कंपनी.

subsidiary services : पूरक, दुय्यम सेवा.

subsidy : अनुदान, अर्थसाहाय्य.

substandard : दुय्यम दर्जाचे.

substandard assets : दुय्यम प्रतीची मत्ता.

substantial : भरघोस, भरीव स्वरूपाचा.

substantial acquisition : मोठ्या प्रमाणात मत्तेची केलेली खरेदी.

suit : दावा. प्रकरण न्यायालयात नेणे.

summary : सारांश, आशय.

supervision : पर्यवेक्षण, कारभारावर लक्ष ठेवणे.

supply : पुरवठा.

surety : हमी.

suspension : थांबवणे, रोखून धरणे. *तात्पुरते काढून टाकणे.*

swaplease : भाड्याने घेतलेले भांडवल निकामी झाल्यास त्याजागी लीजर नवीन भांडवल पुन:प्रस्थापित करून देतो.

syndication : सामूहीकरण. विशिष्ट कार्यासाठी एकत्र येणे.

synergy : एकत्रितरीत्या केलेली कृती.

system : पद्धत, प्रणाली.

T

table : कोष्टक.

takeover : संस्था ताब्यात घेणे.

tapping : मिळवणे.

tax : कर.

tax indemnity : कर भरण्याची जबाबदारी.

tax planning : कर नियोजन.

technical appraisal : तांत्रिकदृष्ट्या मूल्यमापन. यामध्ये प्रकल्पातील तंत्रज्ञान, डिझाईन, पायाभूत सुविधा, समखर्च प्राप्ती बिंदू (Break even point) ओलांडण्याचा कालावधी, उत्पादनक्षमता इत्यादी घटकांचे मूल्यमापन केले जाते.

telegram : तार.

temporary technology : तात्पुरते तंत्रज्ञान, अत्यल्प काळासाठी.

tender : (टेंडर) निविदा. संस्था आपले काम इतरांकडून करून घेण्यासाठी किंवा वस्तूची खरेदी करण्यासाठी निविदा मागवते.

tenure : कार्याचा कालावधी.

term deposit : मुदत ठेव.

term loan : मुदत कर्ज, विशिष्ट काळासाठी दिलेले कर्ज.

termitrate : कमी करणे, काढून टाकणे.

terms and conditions : व्यवहारासाठीच्या सूचना व अटी.

testing : पडताळा, परीक्षण.

time deposit : मुदती ठेव. ठेवीदाराने बँकेत विशिष्ट कालावधीसाठी ठेवलेली रक्कम. मुदतीपूर्वी ठेवीदारास ही रक्कम काढता येत नाही. परंतु बँक ठेवपावतीच्या तारणावर बँक अधिक व्याज आकारून ठेवीदारास कर्ज देते.

time value : वेळेचे महत्त्व.

title deed : मालकी करार.

token : प्रतीक, बिल्ला.

tools : साधने.

tourism : पर्यटन.

trade : व्यापार.

trading window : व्यवहार करण्याची खिडकी.

training : शिक्षण देणे.

transaction : व्यवहार.

transfer : स्थलांतर, पाठवणे, बदली.

transferability : मालकी हक्काचे हस्तांतरण होण्याची क्षमता.

transferee : हस्तांतरित होणारा.

transferor : हस्तांतरण करणारा.

transmutation effect : धनको आणि ऋणको यांच्याशी स्वतंत्र करार करून त्यांना एकत्र आणण्याची मध्यस्थांची क्षमता. मध्यस्थांचा प्रभाव.

transperency : पारदर्शकता, कोणतीही गुप्तता न ठेवणे.

transport : वाहतूक.

traveller's cheques : प्रवासी चेक्स.

trenche : कर्जाची रक्कम एकदम न घेता हप्त्याहप्त्याने घेण्याची मिळालेली सवलत.

trial balance : तात्पुरत्या स्वरूपात बनवलेला ताळेबंद.

trial period lease : लीजी हा भांडवल भाड्याने घेताना प्रथम तात्पुरत्या स्वरूपात अल्पकाळासाठी घेतो. त्याची उपयुक्तता तपासतो. योग्य वाटल्यास तो पुढील कालावधीसाठी भांडवल भाड्याने घेतो.

tribunal : निवाडा करणारे प्राधिकरण.

truncation : न देणे, थांबवणे; स्थगित करणे.

trust : विश्वास, विश्वस्त संस्था.

trustee : विश्वस्त.

ultra vires : कंपनीचा नियमबाह्य व्यवहार. घटनापत्रक व नियमावलीतील तरतुदी धुडकावून केलेली गोष्ट. यातील सर्व जबाबदारी ही कंपनीला घ्यावी लागते.

unauthorised act : अनधिकृत कारवाई. अधिकार नसताना केलेली कृती. ही बेकायदेशीर होऊ शकते.

unclaimed : परत न मागितलेले.

undated : तारीख नसलेला दस्तऐवज.

undertaking : जबाबदारी.

underwriting : अभिगोपन (समभाग) विक्रीची हमी देणे.

underwriting agreement : अभिगोपन करार. समभाग विक्री करणारी कंपनी आणि समभाग विक्रीची हमी देणारी वित्तसंस्था/मर्चंट बँक यांच्यात होणाऱ्या करारानुसार बाजारात जर समभागांची पूर्ण विक्री न झाल्यास शिल्लक समभाग हे अभिगोपन करणारी संस्था स्वत: खरेदी करते.

underwriting assistance : समभाग खरेदी करून अभिगोपन करणाऱ्या संस्थेने दिलेले अर्थसाहाय्य.

undue : अवास्तव, आवश्यकतेपेक्षा अधिक.

unearned finance income : लीजरची भांडवलातील एकूण गुंतवणूक व त्या गुंतवणुकीतून भविष्यकाळात मिळणाऱ्या उत्पन्नाचे आजचे मूल्य यामधील फरक.

unfair : अयोग्य.

uniform : समान. सर्वांसाठी सारखा.

units : भाग. Unit Trust मार्फत गुंतवणूकदारांना भाग विकले जातात.

universal banking : विविध प्रकारच्या बँकांची कार्ये एकाच बँकेने करणे. उदा. व्यापारी, औद्योगिक, कृषी, विदेश विनिमय इ. विविध बँकांची कार्ये एकाच बँकेने करणे.

unpopular : लोकांना न आवडलेले.

unpublished : अप्रकाशित, उघड न झालेली.

unqualified : अपात्र.

unquoted : दररोज व्यवहार होत नसल्याने ज्यांचे बाजारभाव जाहीर होत नाहीत, असे समभाग, रोखे.

unremunerative : कोणतीही प्राप्ती न होणारे.

unsecured loan : असुरक्षित कर्ज, तारण न घेता वैयक्तिक हमीवर दिलेले कर्ज.

updation : अद्ययावतीकरण.

upgrade lease : या व्यवहारात लीजर हा लीजीला भाड्याने दिलेले भांडवल कालबाह्य झाल्यानंतर त्या जागी अद्ययावत भांडवल बसवून देतो. विशेषत: संगणकांच्या भाडेव्यवहारात ही गोष्ट उपयुक्त ठरते. जुन्या प्रणालीचा संगणक लीजर हा परत घेऊन अद्ययावत प्रणालीचा संगणक देतो.

usance bill : कर्ज व्यवहारातून निर्माण झालेले विनिमयबिल.

usury : सावकारी.

valid : योग्य प्रकारचा, पात्र.

validity : वैधता. कायदेशीर स्वरूप.

valuation : मूल्यमापन, मूल्यांकन.

various : विविध प्रकारचा.

vendors : खाद्यपेय विक्रेते.

venture capital : साहसवित्त. अधिक जोखीम पत्करून दिलेले कर्ज किंवा समभागातील गुंतवणूक.

verification : पडताळा, छाननी.

vesting : अंतर्भूत.

vigilance : सावधानता, खबरदारी.

virtual banking : माहिती तंत्रज्ञान अवलंबलेला बँकव्यवसाय. यामध्ये बँक तसेच ग्राहक संगणक, इंटरनेट वगैरेंचा वापर करून आपले व्यवहार करतात.

void : रद्द, अवैध.

volatility : समभागांच्या बाजारभावातील मोठ्या प्रमाणात होणारे चढ-उतार.

voluntary : स्वेच्छेने, स्वखुशीने, कोणतीही सक्ती नसताना.

voting : मतदान.

voucher : पावती. पैसे मिळाल्याची लेखी नोंद.

W

waive : (निर्बंध) रद्द करणे, उठवणे, काढून टाकणे.

wans : संगणक प्रणालीची प्रादेशिक, राष्ट्रीय वा आंतरराष्ट्रीय पातळीवरील जोडणी.

warehouse : गुदाम. साठवणगृह.

warning : दक्षताविषयक सूचना.

warrant : (व्याज, लाभांश, चिठ्ठी) हे वॉरंट बँकेत रेखांकित चेकप्रमाणे वापरता येते. २) कंपनीने गुंतवणूकदारास विशिष्ट किमती समभाग खरेदी करण्याचा दिलेला अधिकार हा तत्काळ किंवा काही कालानंतर मिळतो. बाजारभावाच्या तुलनेत ही समभाग खरेदीची किंमत खूपच कमी असते.

weak : दुर्बल. क्षमता नसलेले.

weighted : अधिक महत्त्वपूर्ण, जास्त भार दिलेले.

white knight white squire : अन्य कोणी कंपनीवर ताबा मिळवू नये म्हणून तिचे समभाग खरेदी करणारी मित्र कंपनी. मित्र कंपनीच्या सहकार्यामुळे मूळ संचालक मंडळाचा कंपनीवरील ताबा कायम राहतो, कारण मित्र कंपनीचा हेतू फक्त मदतीचा असतो. कंपनी ताब्यात घेण्याचा नसतो.

wilful : हेतुपुरस्सर.

will : मृत्युपत्र, इच्छापत्र. आपल्या पश्चात आपल्या मालमत्तेचा विनियोग वारसदारास कसा करावा, याबाबत इच्छा व्यक्त केलेले पत्र.

winding up : गुंडाळणे. सर्व व्यवहार बंद करणे, विसर्जन.

withdrawal slip : (बँकेतील खात्यावरून) रोख रक्कम काढण्यासाठी चलन.

withdrawing from consortia : विशिष्ट कारणासाठी एकत्रित झालेल्या समूहातून बाहेर पडणे.

witness : साक्षीदार.

work study : कामाची चिकित्सा, अभ्यास.

working : कार्यपद्धती. कारभार.

working capital : खेळते भांडवल, पैसा.

world bank : जागतिक बँक. आंतरराष्ट्रीय पुनर्रचना व विकास बँक.

world wide web/network : संपूर्ण जागतिक पातळीवरील संगणकीय जाळे निर्माण करणे. सर्व संगणकांची एकत्र जोडणी करणे.

wrap lease (sublease) : भांडवल भाड्याने घेणाऱ्याने ते दुसऱ्यास भाड्याने देणे.

write off : काढून टाकणे, रद्द करणे, सोडून देणे.

writing : हस्तलेखन. हातांनी लिहिलेला मजकूर.

wrong entry : चुकीची नोंद.

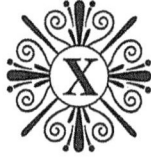

xerox : छायाप्रत - photocopy.

yield : प्राप्ती, मोबदला, उतारा, गुंतवणुकीवरील व्याज, लाभांश.

yield measures : दर्शनी किमतीवरील व्याजाचा दर. बाजारात जेव्हा कर्जरोखा दर्शनी किमतीपेक्षा अधिक किंवा कमी किमतीला विकला जातो तेव्हा व्याजाची रक्कम ही कमी किंवा अधिक दराने मिळते. उदा. १०% रोखा दर्शनी किंमत रु. १००/-. बाजारातील किंमत रु. ५०/-, व्याजदर २०% उलट बाजारातील किंमत रु. २००/-. व्याजदर ५% याप्रमाणे.

zero based budget : शून्याधारित अर्थसंकल्प.

zero-interest bonds : शून्य व्याजाचे रोखे. नामवंत बाजारात पत असलेल्या कंपन्या असे बिनव्याजी रोखे विक्रीसाठी आणतात. गुंतवणूकदारांना आकृष्ट करण्यासाठी समभाग खरेदीसाठी वॉरंट्स, अधिमूल्यासह परतफेड अशी आमिषे दाखवली जातात.

परिशिष्ट अ

बँक व्यवसायाचा अल्प परिचय

बँकांचा इतिहास :

आज प्रत्येक व्यक्तीच्या आर्थिक व्यवहारात बँक ही एक अत्यावश्यक संस्था झालेली आहे. लोक आपली बचत बँकेत ठेवतात. गरजेच्या वेळी बँकेकडून कर्ज घेतात. आपल्या मौल्यवान वस्तू सुरक्षित ठेवायला बँकेचा लॉकर भाड्याने घेतात. अनेकजणांचा पगार बँकेतील त्यांच्या खात्यात जमा होतो. व्यापारी हुंड्या, विनिमयबिले इ. बँकांत वटवून पैसे उभारतात. गुंतवणूक, एटीएम कम क्रेडिट किंवा डेबिट कार्ड, चेक वसुली, खात्याचे स्थलांतर, अन्यत्र पैसे पाठवण्यासाठी बँक ड्राफ्ट अशा विविध प्रकारच्या सुविधा या बँकेमार्फतच ग्राहकांना पुरवल्या जातात.

या बँकांच्या आरंभाची कथा मनोरंजक आहे. मध्ययुगीन युरोपातील सोनार, सावकार आणि व्यापारी हे बँक व्यवसायाचे पूर्वज आहेत. सोनार हे लोकांचे पैसे सुरक्षित ठेवत; मौल्यवान वस्तू सांभाळत. त्याची पावती ग्राहकांना देत. आजच्या पतपैशांचा उगम या पावत्यांत आहे. कारण ग्राहक विनिमयासाठी या पावत्यांचाच वापर करत. सावकार हे गरजूंना कर्जे देत तर व्यापारी हुंड्यांचा विनिमय करीत. आजच्या बँका प्रामुख्याने हीच कार्ये करतात.

कालांतराने युरोपातल्या विविध शहरात हमरस्त्याच्या कडेला ठेवलेल्या बाकावर बसून धनको हे पैशांच्या देवाण-घेवाणीचे व्यवहार करू लागले. बाक म्हणजे बेंच - त्यातूनच बँक या शब्दाची व्युत्पत्ती झाली. बाकांवर बसून पैशांची देवाण-घेवाण करणारे ते बँकर. जेव्हा एखादा बँकर आर्थिक व्यवहारांची पूर्तता करू शकत नसे तेव्हा खवळलेले ग्राहक त्याच्या बाकाचीच मोडतोड करत (errupt the bench) त्यावरूनच दिवाळे निघालेल्या व्यक्तीसाठी Bankrupt ही संज्ञा निर्माण झाली, ती आजही वापरली जाते.

बँकांचे प्रकार

पूर्वी बँका जी विशेष स्वरूपाची कार्ये करत त्यानुसार त्यांचे वर्गीकरण केले जात असे. **व्यापारी बँका** या मुख्यत: व्यापाऱ्यांना अल्पमुदतीसाठी अर्थसाहाय्य देत. **औद्योगिक बँका** या औद्योगिक व्यवसाय संस्थांना दीर्घ मुदतीची कर्जे देत तसेच त्यांचे समभागही खरेदी करत. शेतीच्या संदर्भात **सहकारी बँका, पतसंस्था** या शेतकऱ्यांना अल्पमुदती अर्थसाहाय्य देत तर **कृषी विकास बँका** (पूर्वीच्या भूतारण बँका) या **दीर्घ** मुदतीसाठी अर्थसाहाय्य देत. परकीय चलनांच्या विनिमयव्यवहारांसाठी **विनिमय बँका** स्थापन झालेल्या होत्या. या सर्व बँकांवर नियंत्रण ठेवण्याचे, त्यांना गरजेच्या वेळी अर्थसाहाय्य देण्याचे तसेच चलननिर्मितीचे कार्य देशातील एकमेव **मध्यवर्ती बँक** करीत असे. आजही करते आहे.

आज मात्र हे वर्गीकरण कालबाह्य झालेले आहे. फक्त मध्यवर्ती बँक, व्यापारी बँका (खासगी व सार्वजनिक क्षेत्रात असलेल्या) विदेशी बँका, सहकारी बँका (राज्य सरकारच्या सहकाराविषयक कायद्यानुसार स्थापन झालेल्या) असे हे वर्गीकरण करता येईल. आज मध्यवर्ती बँक देशातील बँकव्यवसायावर नियंत्रण ठेवते. इतर सर्व बँका या सर्वच व्यवसायांना अल्प किंवा दीर्घ मुदतीचे अर्थसाहाय्य देतात. समभाग, रोख्यात गुंतवणूक करतात. समभाग/रोख्यांचे व्यवहार, रोखे विक्रीचे व्यवस्थापन, विक्रीची हमी (अभिगोपन – Underwriting) इ. मर्चंट बँकिंगचीही कार्ये करतात. त्यांच्या जोडीला आज बिगर बँक वित्तपुरवठा करणाऱ्या मध्यस्थ संस्था, वित्तपुरवठा महामंडळे, विकास बँका, कंपनी कायद्यान्वये स्थापन झालेल्या बिगरबँक वित्त कंपन्या वगैरे अनेक प्रकारच्या संस्था आज देशातील नाणेबाजार व भांडवल बाजारात कार्य करताना आढळतात. त्याखेरीज गुंतवणूक विषयक व भांडवलउभारणी विषयक विविध सेवा देणारे दलाल, उपदलाल, इ. वित्तीय बाजारपेठेत आढळून येतात. ज्या गावात बँकांच्या शाखा नाहीत व पोस्ट ऑफीस आहे अशा गावात पूर्वीपासून अस्तित्वात असलेली **पोस्ट ऑफीस बचत बँक** ही खातेदारांची बचत सांभाळते व गरजेच्या वेळी त्यांना त्यांचे पैसे देते.

बँकांची कार्ये

ठेवी स्वीकारणे, कर्जे देणे व हुंड्या, बिले वटवणे ही बँकांची प्रमुख कार्ये आहेत.

बँका चालू, बचत आणि मुदत खात्यावर ठेवी स्वीकारतात व ठेवीदारांनी मागताक्षणी चालू व बचत खात्यावरील पैसे तत्काळ देतात किंवा खातेदारांनी काढलेल्या चेकवरील नाव असलेल्या व्यक्तीला ते पैसे देतात. रेखांकित चेक असेल तर त्या

व्यक्तीच्या खात्यावर पैसे जमा करतात. चालू खाते हे व्यावसायिकांना उपयुक्त असते. कारण त्यावर कितीही वेळा पैसे भरता व काढता येतात. तसेच अधिकर्ष सवलत या स्वरूपाचे कर्ज खातेदारांना मिळू शकते. बचत खाते हे इतर खातेदारांसाठी उपयुक्त असते. त्यातील पैसे काढण्यावर बँकेची बंधने असतात. मुदत खात्यावरील ठेव रकमेची पावती बँक ठेवीदारास देते. मुदत संपल्यानंतर ठेवीचे पैसे परत करते व ठेवीदारांना मुदतीनुसार व्याज देते. मुदतीपूर्वी पैशांची गरज लागली तर ठेवपावतीच्या तारणावर बँका कर्जही देते. त्याखेरीज आवर्ती ठेव, लघु बचत ठेव खात्यावर खातेदार दररोज किंवा दरमहा ठराविक रक्कम भरून मुदतपूर्तीनंतर ठेवीदारांचे पैसे सव्याज परत मिळतात. बँकांमधील ठेवी या सुरक्षित तर असतातच शिवाय त्यावर ठेवीदारांना व्याजही मिळते. या ठेवींच्या आधारावरच बँकांना कर्जे देणे शक्य होते.

कर्जे देणे हे बँकांचे दुसरे कार्य आहे. अधिकर्ष सवलत, रोख कर्जे व मुदत कर्जे अशा तीन प्रकारची कर्जे बँका देतात. चालू खाते असलेल्या खातेदारास खात्यावरील शिल्लक रकमेपेक्षा अधिक रकमेचा चेक काढण्याची सवलत बँक देते व तो चेक स्वीकारून त्याचे पैसे चेकवर नाव असलेल्या व्यक्तीला देते. या अतिरिक्त रकमेवर बँक व्याज आकारते. रोख कर्ज या प्रकारात कर्ज घेणाऱ्याचे बँकेतच खाते उघडून त्यावर कर्जाची रक्कम जमा केली जाते व ऋणको बँकेने दिलेल्या चेक्सच्या साहाय्याने आपली देणी भागवतो. मुदत कर्ज हे विशिष्ट मुदतीसाठी असते. मुदत जितकी जास्त तितका व्याजाचा दर अधिक राहतो. कर्ज देताना बँक ऋणकोची मत्ता तारण ठेवून घेते. तसेच कर्जासाठी ऋणको बरोबरच जामीनदार म्हणून इतर संबंधितांकडून कर्ज फेडीची हमी घेते.

हुंड्या, विनिमयबिले यांच्या वटवणुकीचे व्यवहार हे बँकेचे तिसरे मूलभूत कार्य आहे. व्यापाऱ्यांच्या पतव्यवहारातून/उधारीच्या व्यवहारातून विविध प्रकारचे चलनक्षम दस्तऐवज निर्माण होतात. गरजेच्या वेळी हुंडीधारक व्यापारी आपल्याजवळील हुंड्या बँकेत वटवतो. बँक कसर कापून हुंड्यांची रक्कम व्यापाऱ्याच्या खात्यावर जमा करते व मुदत पूर्ण झाल्यावर हुंडीचे पैसे ऋणकोकडून वसूल करते.

प्रातिनिधिक कार्ये

त्याखेरीज खातेदाराचा प्रतिनिधी म्हणून बँका त्याने खात्यावर भरलेल्या चेक्सची वसुली करतात. खातेदाराने कायमस्वरूपी दिलेल्या सूचनांचे पालन करतात. खातेदाराच्या इच्छापत्राची अंमलबजावणी करतात. खातेदारांच्या मौल्यवान वस्तू, महत्त्वाचे दस्तऐवज वगैरे सुरक्षा खण भाड्याने देऊन त्यात सुरक्षित ठेवतात. खातेदारांच्या सूचनेप्रमाणे त्यांच्यावतीने समभाग/रोख्यात गुंतवणूक करतात.

थोडक्यात, ठेवीदारांच्या बचतीचे रूपांतर बँका या उत्पादक स्वरूपाच्या गुंतवणुकीत करतात. त्यायोगे शेती, व्यापार, उद्योग, व्यवसाय अशा विविध क्षेत्रांना भांडवल उपलब्ध होते. त्यातूनच या सर्वांचा पर्यायाने देशाचा आर्थिक विकास साधला जातो.

एकविसाव्या शतकातील बँकव्यवसाय :

आजच्या काळात पूर्वापार चालत आलेल्या बँकव्यवसायाचे स्वरूप आणि व्यवहार यांत आमूलाग्र बदल झालेला आहे. बँका विविध प्रकारच्या स्थावर मत्तेत तसेच वित्तीय मत्तांत आपली गुंतवणूक करतात. त्यांच्या ताळेबंदात त्याचा तपशील दर्शविला जातो. वेळोवेळी बँका आपल्या मत्तेची पुनर्रचनाही करतात. बँका आणि विमाकंपन्या एकत्र येऊन ठेवीदारांच्या ठेवींना मर्यादित संरक्षण तसेच कर्जासाठी हमी देण्याचे कार्य करतात. भांडवलबाजारात विविध प्रकारचे समभाग/रोख्यांच्या खरेदी– विक्रीचे व्यवहार करण्यासाठी बँकांनी आपले गुंतवणूकनिधीही (Mutual Funds) निर्माण केलेले आहेत. बँका भांडवल भाड्याने देण्याचेही व्यवहार करताना आढळतात. भांडवल विकत घेण्यासाठी त्या जेव्हा मुदतकर्ज देतात तेव्हा त्या मत्तेची मालकी बँकेकडे राहते. ती मत्ता भाडे खरेदी तत्त्वावर बँका ऋणकोला देते. कर्ज फेडीनंतर ते भांडवल ऋणकोच्या मालकीचे होते.

आज संगणकयुग अवतरले आहे. माहिती तंत्रज्ञान क्षेत्राने क्रांती घडवलेली आहे. इंटरनेटच्या माध्यमातून जगाच्या काना–कोपऱ्यात काही सेकंदांत संपर्क साधणे शक्य झालेले आहे. साहजिकच बँका Network च्या माध्यमातून E-Banking चा अवलंब करताना आढळून येतात. आज कोणत्याही काउंटरवर कोणत्याही प्रकारचे बँक व्यवहार करणे शक्य झालेले आहे. एक खिडकी पद्धती (Single Window System) असे यास संबोधले जाते. Bank Teller Machine द्वारे ग्राहकास रोखपालाकडून तत्काळ पैसे मिळतात तर बँकेने विविध ठिकाणी बसवलेल्या Automatic Teller Machines मुळे ATM केंद्रात दिवसा, रात्री, कोणत्याही वेळेत ग्राहकास पैसे काढता येतात. तसेच खात्यावर पैसे/चेक्स इ. भरताही येतात. बँक आपल्या खातेदारांना Credit Cards व Debit Cards अशी दोन प्रकारची कार्डे देते. ATM केंद्रातून पैसे काढण्यासाठी जसा त्यांचा वापर होतो तसेच बिले भागवणे, खरेदी करणे, रेल्वे/विमान बुकिंग इ. विविध कारणांसाठी त्यांचा वापर करता येतो. Debit Card चा वापर खात्यावर शिल्लक असेपर्यंत करता येतो, तर Credit Card मुळे खात्यावर शिल्लक नसली तरी बँक कर्ज देते व त्यावर व्याज आकारते. त्याखेरीज Smart Card, Electronic purse, Bank Card, Electronic cheque इ. विविध प्रकारची विनिमय साधने निर्माण झालेली आहेत.

आता प्रत्यक्ष बँकेच्या कार्यालयात न जाताही बँकिंगचे व्यवहार करता येतात. Tele Banking मध्ये टेलिफोनच्या माध्यमातून ग्राहक बँकेशी संपर्क साधून सर्व व्यवहार करतो तर Internet Banking मध्ये इंटरनेटशी जोडलेल्या संगणकामार्फत ग्राहक बँकव्यवहार करतो. ग्राहकाच्या सहीचे या प्रणालीत Digital Signature मध्ये रूपांतर केले जाते. ग्राहकाची सही त्याच्याशी जुळली की सर्व व्यवहार करता येतात.

आज बँकव्यवसायात Core Banking ही नवीन संकल्पना आलेली आहे. त्यायोगे बँकेच्या सर्व शाखा उपग्रहाच्या मदतीने एकमेकांशी जोडण्यात आलेल्या आहेत. त्यामुळे ग्राहकास कोणत्याही शाखेतून आपले बँकिंगचे व्यवहार करता येतात. काही सेकंदात परगावी पैसे पाठवता येतात. प्रधान बँक हीच एकमेव बँक होते व सर्व शाखा या इंटरनेटच्या माध्यमातून त्या बँकेची कार्यालये बनतात.

बँक ज्या विविध प्रकारच्या सेवा आपल्या ग्राहकांना देते, त्यांना बँकेची उत्पादने (Products) असे म्हटले जाते. साहजिकच खाते उघडणे, व्यवहार करणे, चेक्स देणे, परगावच्या चेक्सची वसुली, आवर्ती ठेवींचे संयोजन, मुदतठेवींच्या पावत्या, Credit Cards, Debit Cards, विविध प्रकारची कर्जे यांना बँकेची उत्पादने म्हणता येईल. आजच्या काळात प्रवासी चेक्स, Stock Invest इ. सारखी उत्पादने मागे पडलेली आहेत. परंतु, पूर्वी त्यांनाही महत्त्व होते. आपल्या या उत्पादनांची जास्तीत जास्त विक्री व्हावी, जास्तीत जास्त ग्राहक बँकेकडे आकृष्ट व्हावेत यासाठी बँकेला काही उत्पादने विनामूल्य द्यावी लागतात तर काही उत्पादनांचे योग्य ते मूल्य ठेवावे लागते.

बँकांमधील स्पर्धा वाढल्याने आज प्रत्येक बँकेला विविध प्रकारच्या जाहिरातींसाठी आर्थिक तरतूद करावी लागते. वृत्तपत्रे, रेडिओ, दूरदर्शन व विविध वाहिन्या, इंटरनेट, मोबाईल, फोन अशा विविध माध्यमातून या जाहिराती कराव्या लागतात.

आपल्या सर्व उत्पादनांचे कार्यक्षम वितरण करणे, त्यासाठी कमीत कमी वेळ घेणे, ग्राहक वाढवण्यासाठी बाजार संशोधन अवलंबणे, बाजारविषयक माहितीचे संकलन करणे (Marketing Information System - MIS) अशा विविध मार्गांचा आजच्या काळातील बँकेला अवलंब करावा लागतो.

परिशिष्ट ब

वित्तीय सेवा (Financial Service)

आज बँकांच्या बरोबरच विविध प्रकारच्या वित्तीय सेवा देणाऱ्या बिगरबँक वित्तपुरवठा करणाऱ्या मध्यस्थ संस्था (Non Bank Financial Intermediatories), कंपनी कायद्यान्वये स्थापन झालेल्या बँकेतर वित्त पुरवठा कंपन्या (Non Bank Financial Companies), मत्ता व्यवस्थापन संस्था (Asset Management Companies), भांडवल भाड्याने देणाऱ्या संस्था (Leasing Companies), येणे वसूल करून देणाऱ्या संस्था (Factoring Companies), गृहवित्त पुरवठा संस्था (Housing Finance Companies), विमा कंपन्या (Insurance Companies), साहसवित्त संस्था (Venture Capital Companies), समभाग रोखे विक्री व्यवस्थापन करणाऱ्या संस्था (Issue Management Companies), रोखे बाजारातील दलाल (Stock Brokers), पतमूल्यांकन संस्था (Credit Rating Companies), रोखे विश्वस्त कंपन्या (Debenture Trustee Companies), समभाग रोखे व्यवहार करणाऱ्या बँका (Merchant Banks) अशा अनेक प्रकारच्या संस्था भांडवलबाजारात स्थापन झालेल्या आहेत. या सर्व संस्थांची देशाच्या भांडवलबाजाराच्या तसेच नाणेबाजाराच्या विकासात महत्त्वपूर्ण भूमिका आहे. तसेच विविध देशी, विदेशी बँकांनी विविध प्रकारचे गुंतवणूक निधी (Mutual Funds) निर्माण केलेले आहेत. कंपन्याचे विलीनीकरण, कंपनी ताब्यात घेणे, इत्यादी व्यवहारांसाठीही सर्व प्रकारचे मार्गदर्शन करणाऱ्या व जबाबदारी घेणाऱ्या कंपन्या स्थापन झालेल्या आहेत. वित्तीय सेवांच्या अनुषंगाने यांचा विचार केला जातो.

वित्तीय सेवांचे स्वरूप हे दुहेरी असते – १) लोकांजवळील बचतीचे विविध प्रकारच्या मत्तात रूपांतरण करून देणे. त्यांचे व्यवस्थापन करणे (Portfolio Management) आणि २) भांडवलबाजारातून विविध मार्गांनी भांडवल उभारणी करणे,

रोखे व्यवहार करणे, याच्याशी संबंधित अशा या सेवा असतात. याच्या अनुषंगाने पूरक अशा अन्य प्रकारच्या वित्तीय सेवा आढळून येतात.

वित्तीय सेवांचा अल्प परिचय : बँकांमार्फत दिल्या जाणाऱ्या ठेवी स्वीकारणे, कर्जे देणे आणि हुंड्या वटवणे या वित्तीय सेवांचा आपण परिशिष्ट 'अ' मध्ये परिचय करून घेतला आहे. बिगर बँक संस्थाही या सर्व सेवा देतात. या सर्व वित्तीय सेवांचा आपण थोडक्यात परिचय करून घेऊ.

१) ठेवी स्वीकारणे : बँकांप्रमाणेच वित्तसंस्थाही जनतेकडून ठेवी स्वीकारतात. ठेवीची मुदत सामान्यत: ६ महिन्यांपासून ३ वर्षांपर्यंत असते. बँकांच्या तुलनेने ठेवीवरील व्याजाचा दर हा थोडा जास्त असतो. व्याज हे नियमितपणे दरमहा, तीन महिन्यांनी, सहा महिन्यांनी असे दिले जाते किंवा मुदत पूर्ण झाल्यानंतर मुद्दल व व्याज एकदम दिले जाते. वित्तसंस्थांना मध्यवर्ती बँकेत नोंदणी करून ठेवी उभारण्यासाठी परवानगी घ्यावी लागते. तसेच पतमूल्यांकन संस्थेमार्फत सुरक्षितता विषयक मूल्यांकनही करून घ्यावे लागते तसेच परतफेड करण्याची दक्षताही घ्यावी लागते.

२) कर्जे देणे : वित्तसंस्था या प्रामुख्याने व्यवसायसंस्थांना भाडे खरेदी तत्त्वावर कर्जे देतात तसेच ग्राहकांनाही उपभोगाच्या टिकाऊ व किमती वस्तूंच्या खरेदीसाठी भाडे खरेदीतत्त्वावर कर्जे देतात. कर्ज घेण्याआधी ऋणकोला काही रक्कम स्वत:ची उभारावी लागते (Down Payment) सामान्यत: १०% ते २०% अशी ही रक्कम असते. उर्वरित रक्कम संस्था उभारते. त्यातून ती मत्ता – ट्रक, मोटार, यंत्रसामुग्री, एअरकंडिशनर, फ्रीज इ. खरेदी करून ती ऋणकोला भाडेखरेदी तत्त्वावर (Hire-Purchase) उपलब्ध करून देते. नजरगहाण (Hypothecation) पद्धतीने ही मत्ता संस्थेने खरेदी केलेली असली तरी ती ऋणकोच्या ताब्यात असते. संस्था फक्त मत्तेच्या व्यवहारावर लक्ष ठेवते.

कर्जाचे मुद्दल, त्यावरील व्याज आणि भाडे खरेदीचा एकूण कालावधी या तिन्ही घटकांचा विचार करून परतफेडीच्या मासिक हप्त्याची रक्कम ठरते. सर्व कर्जाची मुदतीत परतफेड झाल्यानंतरच ती मत्ता ऋणकोच्या मालकीची होते.

३) बिले, हुंड्या इ. वटवणे (Bills Discounting) : व्यापारी, व्यवसायसंस्था इ. च्या उधारीच्या व्यवहारांतून बिले, हुंड्या वगैरे चलनक्षम दस्तऐवज निर्माण होतात. बँकांप्रमाणेच वित्तसंस्थाही या बिलांची मुदतपूर्व खरेदी करून गरजूंना रोख रक्कम उपलब्ध करून देतात. त्यावर योग्य ते कमिशन आकारले जाते, त्याला 'कसर' असे म्हणतात. मुदत पूर्ण झाल्यानंतर देणेकरी संस्थेकडून किंवा व्यापाऱ्याकडून व्याजासह पूर्ण रक्कम वित्तसंस्था वसूल करतात.

४) भांडवल भाड्याने देणे (Leasing) : अनेक ठिकाणी सायकली तासाच्या हिशेबाने भाड्याने देणारी दुकाने असतात. नेमकी हीच लीजिंगची संकल्पना आहे. लीजिंग कंपन्या या विविध प्रकारचे वास्तव भांडवल (यंत्रसामुग्री, वाहने इ.) स्वत: खरेदी करतात व ते गरजूंना भाड्याने दिले जाते. भांडवलाचे मूल्य, वापराचा कालावधी, व्याज, घसारा, नफा इ. घटकांचा विचार करून मासिक भाड्याची रक्कम ठरवली जाते. मुदत संपेपर्यंत भांडवल ग्राहकाच्या ताब्यात असते; तो त्याचा व्यवसायात वापरही करतो. मुदत संपली की लीजिंग कंपनी ते भांडवल परत आपल्या ताब्यात घेते व दुसऱ्या ग्राहकास भाड्याने देते.

लीजिंगच्या व्यवहारात मालक आणि ग्राहक असे दोन पक्ष असतात. काही वेळेस या व्यवहारात मध्यस्थही असतो.

अनेकदा भांडवलाची निर्माती कंपनी आपल्या भांडवलाची बाजारपेठ वाढवण्यासाठी लीजिंग कंपनीही स्थापन करते. तसेच भांडवलाचा विमा उतरवण्याचे कार्य विमा कंपनीद्वारे केले जाते.

या सर्व कंपन्या लीजिंगच्या कायदेशीर करार स्टँपपेपरवर करतात व त्याची नोंदणीही शासकीय यंत्रणेत केली जाते. करारात भांडवलाचे वर्णन, लीजिंग कंपनी व ग्राहक यांची नावे, कालावधी, भांडवलाचा वापर, देखभाल व दुरुस्ती, बोझा तपासणी इ. विविध बाबींचा उल्लेख केला जातो.

५) येणे वसुलीची सेवा (Factoring and Forfaiting) : अनेकदा येणे वसूल न झाल्यामुळे विविध व्यवसायसंस्था या आर्थिक संकटात सापडतात. अशा परिस्थितीत फॅक्टरिंग कंपनी हे येणे वसूल करण्याचे कार्य योग्य ते कमिशन घेऊन करते. आंतरराष्ट्रीय व्यापारात निर्यातीचे मूल्य वसूल करण्याचे कार्य फोरफेटिंग कंपनीद्वारे केले जाते. फोरफेटिंग कंपनी निर्यात विनिमय बिलांची वटवणूक करून निर्यातदारास आर्थिक साहाय्य देते. विविध व्यापारी बँका, भारतीय लघुउद्योग विकास बँक, भारतीय आयात-निर्यात बँक इ. नी हे कार्य करण्यासाठी स्वतंत्र कंपन्या स्थापन केलेल्या आहेत.

६) गृहवित्तपुरवठा (Housing Finance) : आजकाल घरांच्या, फ्लॅट्सच्या वाढलेल्या किमती विचारात घेता घरखरेदीसाठी कर्ज काढणे हे आवश्यक झालेले आहे. विविध बँका, गृह वित्तपुरवठा कंपन्या, ग्राहकांना घरखरेदीसाठी दीर्घकालीन अर्थसाहाय्य उपलब्ध करून देतात. सर्व कायदेशीर बाबींची पूर्तता झाल्यावर गृहवित्तसंस्था कर्ज मंजूर करते. बांधकामाच्या प्रत्येक टप्प्यात कर्जाचा तेवढा हप्ता ग्राहकास देते, त्यायोगे ग्राहक बिल्डरचे देणे भागवतो. घराचा ताबा मिळाल्यानंतर मुद्दल, व्याज व

मुदत यांचा हिशेब करून मासिकहप्ता ठरवला जातो. कर्ज फिटेपर्यंत घराचा ताबा जरी ग्राहकाकडे असला तरी सर्व कागदपत्रे गृहवित्तसंस्थेच्या ताब्यात असतात. हप्ते थकल्यास तारण जागा जप्त करून ती लिलावाने विकण्याचा अधिकार गृहवित्तसंस्थेला असतो. घराच्या किमतीच्या १०% ते २०% रक्कम ऋणको ग्राहकास स्वत:ची उभारावी लागते. उर्वरित रकमेचे कर्ज वित्तसंस्थेकडून मिळते. कर्जाची मुदत मोठी असल्याने स्थिर व्याज दर किंवा तरता व्याजदर (कमी-जास्त होणारा) यापैकी पर्याय ग्राहकास निवडता येतो. त्यानुसार मासिक हप्त्याची रक्कम ठरते. तरत्या व्याजदरानुसार हप्त्याच्या रकमेतही चढ-उतार होतात.

या वित्तसंस्थांना अर्थसाहाय्य देण्याचे कार्य राष्ट्रीय गृहनिर्माण बँक, विमा कंपन्या, गृहनिर्मिती व शहर विकास महामंडळ (Housing and Urban Development Corporation - HUDCO), आयुर्विमा महामंडळ (LIC) इ.मार्फत केले जाते. त्या वित्तसंस्थांप्रमाणेच सहकारी घरबांधणी संस्थांनाही दीर्घमुदती अर्थसाहाय्य देतात. आज व्यापारी व सहकारी बँकाही घरबांधणी/खरेदीसाठी कर्ज देतात.

७) विमा व्यवसाय : आयुर्विमा (Life Insurance) आणि सर्वसाधारण विमा (General Insurance) असा दोन प्रकारचा विमा असतो. सार्वजनिक तसेच खासगी क्षेत्रातील विमा महामंडळे व कंपन्या या विमा व्यवसाय करतात. विमा पॉलिसी घेणाऱ्या ग्राहकांकडून प्रतिवर्षी हप्त्याच्या रूपाने जेवढी रक्कम गोळा होते, त्या तुलनेत नुकसानभरपाई, संरक्षण किंवा मुदतपूर्तीमुळे पॉलिसी धारकांना परत कराव्या लागणाऱ्या रकमेचे प्रमाण अत्यल्प असते. विमा कंपन्या उर्वरित रकमेची भांडवलबाजारात विविध प्रकारे गुंतवणूक करतात. समभाग, रोखे खरेदी, दीर्घकालीन कर्ज इ.मध्ये ही रक्कम गुंतवली जाते. अनेक विमा कंपन्यांनी आपले गुंतवणूकनिधीही (Mutual Funds) निर्माण केलेले आहेत. विमा व्यवसायावर नियंत्रण ठेवण्याचे कार्य विमा नियामक व विकास प्राधिकरण (Insurance Regulatory and Development Authority - IRDA) यामार्फत केले जाते.

८) साहसवित्तपुरवठा (Venture Capital Financing) : औद्योगिक विकासासाठी उद्योजकांनी नव्या औद्योगिक क्षेत्रात पदार्पण करणे हे महत्त्वाचे असते. असे उद्योजक हे धाडसी असतात. ते धोका आणि जोखीम पत्करण्याचे साहस दाखवतात. साहजिकच त्यांच्या या नव्या प्रकल्पाला जे अर्थसाहाय्य दिले जाते त्याला 'साहस वित्त' असे म्हटले जाते. दीर्घ मुदतीचे कर्ज व गरजेनुसार कर्जाचे समभाग भांडवलात रूपांतरण अशा प्रकारे हे अर्थसाहाय्य दिले जाते.

साहस वित्तपुरवठ्याचे टप्पे याप्रमाणे असतात –

i) **बीजभांडवल** (Seed Capital) : नव्या उद्योजकास कर्ज देताना त्या कर्जाच्या काही प्रमाणात रक्कम बीजभांडवल म्हणून दिली जाते. या रकमेची परतफेड करायची किंवा त्यावर व्याज देण्याची आवश्यकता नसते. उद्योजकाच्या दृष्टीने त्याचे स्वरूप अनुदानासारखे असते.

ii) **प्रारंभिक अर्थसाहाय्य** (Start Up) : उत्पादनाचा आरंभ झाला की वित्तसंस्था त्या संस्थेच्या समभागात काही प्रमाणात गुंतवणूक करते.

iii) **पुढील अर्थसाहाय्य** (Second Round Financing) : हे कर्जाच्या स्वरूपात असते. त्यावर व्यवसायसंस्थेला व्याज द्यावे लागते व कर्जाची परतफेड करावी लागते.

iv) **अंतिम अर्थसाहाय्य** (Later Stage Financing) : या अखेरच्या टप्यात, विस्तार, विकास इ. साठी अर्थसाहाय्य दिले जाते. प्रकल्प यशस्वी झाल्यास समभाग गुंतवणूक सवलतीच्या व्याजाने अर्थसाहाय्य. याप्रकारे अर्थसाहाय्य दिले जाते; त्यानंतर साहस वित्तपुरवठा करणाऱ्या संस्थेकडून अर्थसाहाय्य घेण्याची उद्योजकास गरज नसते. त्यामुळे साहस वित्तपुरवठा थांबवला जातो.

खासगी आणि सार्वजनिक क्षेत्रातील विविध वित्तसंस्था, बँका वगैरेंनी साहस वित्तपुरवठा करण्यासाठी स्वतंत्र कंपन्या स्थापन केलेल्या आहेत.

९) समभाग/रोख्यांशी संबंधित बँकव्यवसाय (Merchant Banking) : कोणत्याही देशातील भांडवलबाजाराच्या विकासात संयुक्त भांडवली संस्थांची (Joint Stock Companies) भूमिका महत्त्वपूर्ण असते. या कंपन्या समभाग/रोखे विक्री, विविध प्रकारची कर्जे, अनामत रक्कम, ठेवी अशा विविध मार्गांनी आपल्या व्यवसायासाठी भांडवल उभारतात. यापैकी समभाग व रोख्यांच्या विक्रीतून भांडवल उभारण्याच्या प्रक्रियेमधूनच मर्चंट बँकिंग या पूरक व्यवसायाचा उदय झालेला आहे.

मर्चंट बँका या समभागांच्या विक्रीचे संपूर्ण व्यवस्थापन करतात. विक्रीसाठी निबंधक म्हणून जबाबदारी घेतात. समभाग विक्रीची हमी देण्याचे – अभिगोपनाचे (Underwriting) कार्य करतात. रोख्यांच्या विक्रीसाठी विश्वस्त म्हणून कार्य करून रोख्यातील गुंतवणूक सुरक्षित ठेवण्याची जबाबदारी घेतात.

१०) समभाग/रोखे दलाली (Stock Broking) : कोणत्याही प्रकारच्या आर्थिक किंवा आर्थिकेतर व्यवहारात मध्यस्थ म्हणून कार्य करणाऱ्यांना 'दलाल' असे म्हणतात. ते ग्राहक व विक्रेते अशा दोन्ही पक्षांना एकत्र आणून खरेदी–विक्रीचा व्यवहार घडवतात. या सेवेबद्दल ते आपली दलाली (Commission) घेतात.

भांडवलबाजारातही अशा प्रकारचे मध्यस्थ कायदेशीर बाबींची पूर्तता करून व नोंदणी करून कर्ज उभारणे, रोख्यांची व समभागांची खरेदी-विक्री आपल्या ग्राहकांसाठी करणे इ. कार्ये करतात त्यांना रोखे दलाल (Stock Broker) असे म्हणतात. हे रोखे दलाल आपला व्यवसाय वाढवण्यासाठी अनेक उपदलालांची नियुक्ती करतात.

रोख्यांचे व्यवहार हे या प्रकारचे असतात.

i) नवीन समभाग/रोख्यांची खरेदी/विक्री : भांडवलबाजारात रोखे, समभाग याद्वारे भांडवलाची प्रथमच उभारणी करणारी कंपनी सार्वजनिक विक्री (Public Issue) खासगी-मर्यादित स्वरूपातील विक्री (Private Placement), दर्शनी किमतीपेक्षा अधिक किंमत ग्राहकसमूहास आकारून केलेली विक्री (Book Building) इ. मार्गांचा अवलंब करते. रोखेदलाल हे त्यासंदर्भातील संपूर्ण जबाबदारी घेतात. ते कंपनीचे माहितीपत्रक, रोखेविक्रीचे अर्ज यांचे वितरण करतात, रोखे विक्रीची हमी घेतात (अभिगोपन - Underwriting) यामध्ये त्यांना मिळणाऱ्या कमिशनचा काही हिस्सा ते उपदलालांना देतात.

ii) पूर्वीच्या समभाग रोख्यांची खरेदी-विक्री-गुंतवणूक करू इच्छिणाऱ्यांना आपले पैसे चांगल्या कंपन्यात गुंतवायचे असले तसेच रोख्यांच्या किमतीतील वाढीतून नफा मिळवू इच्छिणारे रोखेधारक आपले समभाग विकायचे असले तर अशा ग्राहक व विक्रेत्यांना एकत्र आणून रोख्यांच्या खरेदी-विक्रीचा व्यवहार दलाल पूर्ण करून देतात.

त्याचप्रमाणे रोख्यांची प्रत्यक्षात खरेदी विक्री न करता तेजी-मंदीतून लाभ घेऊ इच्छिणारे ग्राहक व विक्रेते यांच्या सट्ट्याच्या व्यवहारात दलाल मदत करतात. अशा व्यवहारांना 'वायदे व्यवहार' म्हणतात. यातही भावी काळातील वायदे (Future), व्यवहार करण्याचा किंवा पुढे ढकलण्याचा पर्याय (Option) असे व्यवहारांचे नवीन प्रकार अस्तित्वात आलेले आहेत.

असे व्यवहारही दलालांमार्फत होतात-

विभागीय समभाग/रोखे बाजार (Regional Stock Exchange), राष्ट्रीय रोखेबाजार (National Stock Exchange) इ. अनेक समभाग बाजार या व्यवहारांतून निर्माण झालेले आहेत.

या विविध प्रकारच्या रोखे बाजारांवर व त्यातील दलालांवर नियंत्रण ठेवण्यासाठी भारतीय प्रतिभूती व विनिमय प्राधिकरण (Stock and Exchange Board of India - SEBI) ही संस्था स्थापन करण्यात आलेली आहे.

या रोखे बाजारातील व्यवहारांखेरीज रोखे दलाल हे कंपन्यांसाठी मुदत ठेवी उभारून देण्याचे तसेच वित्तसंस्था/बँकांमार्फत कर्ज उपलब्ध करून देण्याचे कार्य दलाली घेऊन करतात.

याखेरीज वित्तीय सेवांमध्ये दोन कंपन्यांचे एकत्रीकरण (Amalgamation), विलीनीकरण (Merger), कंपनी ताब्यात घेणे (Take over) या संदर्भातील कार्यांचा तसेच कंपन्यांच्या वा अन्य विविध प्रकारच्या संस्थांच्या पतमूल्यांकन कार्याचा (Credit Rating) समावेश होतो.

∎

संदर्भग्रंथांची सूची

1. Indian Institute of Banking & Finance - *Principles of Banking*
2. Khan M. Y. - *Financial Services* - TMH, New Delhi
3. Khan M. Y. - *Indian Financial System* - TMH, New Delhi
4. Machiraju H. R. - *Merchant Banking* - New Age Pub., New Delhi
5. Shekhar K. C. - *Banking : Theory and Practice* - Vikas Pub., New Delhi
6. Tannon M. L.- *Banking Law and Practice in India*
7. Varshney P. N. - *Banking Law & Practice* - Sultand Chand Pub., New Delhi

www.ingramcontent.com/pod-product-compliance
Lightning Source LLC
Chambersburg PA
CBHW060612200326
41521CB00007B/751
9788184834116